आपल्या स्नेहीजनांना पुस्तके भेट द्या

सुंदर आपली फळबाग

(भाजीपाला आणि फळझाडे यांची लागवड)

डॉ. आ. बा. पाटील

मेहता पब्लिशिंग हाऊस

Please contact us at **Mehta Publishing House,** Pune 411030.
© +91 020-24476924 / 24460313 / Mob. No. 9545000513
Email : production@mehtapublishinghouse.com
Website : www.mehtapublishinghouse.com

SUNDER APALI PHALBAG by Dr. A. B. PATIL

सुंदर आपली फळबाग : डॉ. आ. बा. पाटील / शेतकी

Email : author@mehtapublishinghouse.com

प्रकाशक : सुनील अनिल मेहता, मेहता पब्लिशिंग हाऊस,
१९४१ सदाशिव पेठ, माडीवाले कॉलनी, पुणे - ४११०३०.

अक्षरजुळणी : पीसी-नेट, नारायण पेठ, पुणे - ३०.

मुद्रक : पार्कसन्स ग्राफिक्स

मुखपृष्ठ : दीपक संकपाळ

प्रकाशनकाल : जुलै, १९९४ / सप्टेंबर, १९९७ /
सुधारित तृतीयावृत्ती ऑगस्ट, २००२ / मार्च, २००६ /
सप्टेंबर, २०१२ / पुनर्मुद्रण : फेब्रुवारी, २०२१

किंमत : ₹ २००

P Book ISBN 9788177666816
E Book ISBN 9789353175689
E Books available on : amazonkindle Apple Books Google Play Books

बागेच्या बांधावर

आपण चांगली बाग करावी, बंगल्याप्रमाणेच आपली बाग छान दिसावी, असा विचार अनेक लोक सध्या करू लागले आहेत, ही समाधानाची गोष्ट आहे. म्हणूनच मी बागेसंबंधी सविस्तर असे एक पुस्तक लिहिले. बाग कशासाठी, तिची आखणी कशी करावी, रोपे कशी निवडावीत, कशी लावावीत, त्यांची निगा कशी घ्यावी, इत्यादी अनेक बाबींवर मी माहिती लिहिली. कोणी आपल्या बागेत फुलझाडे लावेल. त्याच्याबरोबर भाजीपालाही लावेल. फळझाडांशिवाय तर बाग पूर्ण होणार नाही. आपली परसबाग किंवा छोटा बंगला बाग अशी असते.

म्हणून माझ्या पुस्तकात मी फुलझाडे, भाजीपाला व फळझाडे या तिन्हींची माहिती लिहिली होती. परंतु सध्या अनेकांना फक्त फुलझाडेच हवी असतात. म्हणून फुलझाडांची माहिती देणारे 'सुंदर आपली फुलबाग' हे पुस्तक वेगळे करण्याचे ठरले. उरलेली फळझाडे व भाजीपाल्याची माहिती देणारे हे पुस्तक आहे. अर्थात या पुस्तकातही आवश्यक ती सर्व प्राथमिक माहिती दिली आहे.

आपल्यासारख्या शाकाहारी लोकांच्या आहारात भाजीपाल्यास किती महत्त्व असते, हे नव्याने सांगण्याची जरुरी नाही. म्हणूनच भाजीपाला-लागवड कशी करावी, हे आपणांस माहीत असणे आवश्यक आहे. आपल्या छोट्या कुटुंबाला वर्षभर पुरेल, एवढा भाजीपाला आपल्या बागेत कसा पिकवावा, हेही येथे सांगितले आहे. कोणत्या भाजीपाल्यात कोणती अन्नद्रव्ये असतात, हेही येथे थोडक्यात सांगण्याचा मी प्रयत्न केला आहे. भाज्यांचे अनेक प्रकार आहेत. अनेक जाती आहेत. शक्यतो सर्व प्रकारांची माहिती देण्याचा प्रयत्न मी केला आहे. परंतु एवढ्या लहान पुस्तकात सर्व गोष्टी अगदी तपशीलवार देणे अवघड आहे.

भाजीपाल्याप्रमाणेच फळझाडांची गोष्ट आहे. भाजीपाला हंगामी असतो. एक-दोन हंगाम संपल्यानंतर भाजीपाला संपतो. परंतु फळझाडांचे तसे नाही. एकदा लावलेले फळझाड अनेक वर्षे आपल्या बागेत राहते. म्हणून ते लावताना कोणती काळजी घ्यावी, ते किती अंतरावर लावावे, इत्यादी माहिती येथे थोडक्यात दिली आहे.

भाजीपाला असो किंवा फळबागा असोत, त्यांना खते दिली पाहिजेत. ही खते केव्हा व किती द्यावीत, हे अनेकांना माहीत नसते. म्हणून भाजीपाल्याचा एक वाफा किंवा एक फळझाड यांना ग्रॅमच्या वजनात किंवा हिंगाच्या डबीच्या प्रमाणात खते किती द्यावीत, हे सांगण्याचा प्रयत्न मी केला आहे. बहुतेक सर्व प्रमुख फळझाडांची माहिती मी येथे दिली आहे.

भाजीपाला असो किंवा फळझाडे यांवर अनेक रोग-किडी येतात. त्यांची माहिती व नियंत्रणाचे उपाय हे परिशिष्टात दिले आहेत. कंपोस्ट खड्ड्याची माहितीही दिली आहे.

या पुस्तकाबाबत एक महत्त्वाची गोष्ट म्हणजे, ही फळबाग अगर भाजीपाला बाग आपला बंगला किंवा परसातील आहे. त्यामुळे प्रत्येक भाजीपाल्याची किंवा फळझाडाची फार सविस्तर माहिती दिलेली नाही. जेवढे आवश्यक आहे, तेवढेच देण्याचा प्रयत्न केला आहे. फार सविस्तर माहिती दिल्यास फक्त भाजीपाल्याचे एक व फक्त फळझाडांचे एक, अशी यापेक्षाही मोठी दोन पुस्तके झाली असती. आपल्या छोट्याशा बागेतील लोकांना ही माहिती पुरेल, असे वाटते.

मला जे योग्य वाटले, आवश्यक दिसले, ते देण्याचा येथे प्रयत्न केला आहे. आमच्या वाचकांना काही उणिवा भासल्यास अवश्य कळवावे. घराशेजारी मोकळी जागा न ठेवता त्या ठिकाणी थोडा तरी भाजीपाला घेतल्यास किंवा एखादे तरी फळझाड लावल्यास हे पुस्तक लिहिल्याचे समाधान मला लाभेल. माझ्या अनेक मित्रांशी, तज्ज्ञांशी चर्चा करून, काही पुस्तकांचे संदर्भ घेऊन माझे हे पुस्तक शक्यतो चांगले करण्याचा प्रयत्न मी केला आहे.

मराठीतील धडाडीचे व उत्कृष्ट दर्जाची पुस्तके प्रसिद्ध करणारे श्री. सुनील मेहता मला प्रकाशक लाभले, हे मी माझे भाग्य समजतो. त्यांनी फार चांगल्या प्रकारे पुस्तक प्रसिद्ध केले आहे. त्यांचे आभार मानणे त्यांना कदाचित आवडणार नाही. कारण ते मला आपल्या कुटुंबातील व्यक्तीप्रमाणेच वागवतात.

पुस्तकाचे चित्रकार व मुद्रक यांच्यामुळे पुस्तकाची छपाई बहारदार झाली आहे. या सर्वांचे आभार मानण्याऐवजी मी त्यांच्या ऋणातच राहू इच्छितो.

बागेच्या बांधावरच आपण उभे आहोत. आता आत जाऊ या. भाजीपाला पाहू या. फळझाडे लावू या.

पुणे - १६ **डॉ. आ. बा. पाटील**

अनुक्रमणिका

बाग कशासाठी?

‘तुम्ही छान बंगला बांधला आहे. सभोवती बरीच जागाही मोकळी आहे. पाणीही भरपूर आहे, असं म्हणता. मग अशा या चांगल्या जागेत तुमची सुंदर बाग फुलवा. तुम्हांला लागणारी भाजी, फुलं तुम्ही इथंच मिळवू शकाल. त्यासाठी गावात जाऊन पैसे मोजायची जरूरी नाही,’ मी माझ्या मित्रांना म्हणालो.

‘फार चांगली कल्पना आहे तुमची. पण ही बाग कशी करायची, कोणती झाडं कुठं लावायची, भाजीपाला कसा आणि कोणता लावायचा, याची माहिती आम्हांला नाही. ही सर्व माहिती आम्हांस कुठं मिळेल? तुम्हीच आमची बाग करून द्या.’ माझे मित्र मला म्हणाले.

‘तुमच्या छोट्याशा जागेत तुम्ही इतकी रोपं आणि झाडं लावली आहेत, की त्यांची वाढ होणं अवघड आहे. त्यांना मग फळं तरी कशी येणार?’ मी विचारलं.

‘तुमचं खरं आहे. आमची ही जागा लहान आहे. पण आपल्या बागेत सगळ्या प्रकारची झाडं असावीत, म्हणून मिळतील तिथून झाडं आणून लावली. इतक्या जवळ जवळ झाडं लावायची नाहीत, याची आम्हांला काय माहिती? आता काय करायचं?’ मला माझ्या मित्रांनी विचारलं.

असे अनेक लोक भेटतात. काहींना बागेचा शौक असतो, तर काहींना बाग म्हणजे कटकट वाटते. पण दुसऱ्याची छान बाग पाहिल्यास आपणांसही अशी बाग फुलवता येईल का? त्यासाठी काय करावं, कोणास भेटावं, कोणतं पुस्तक वाचावं, असे अनेक प्रश्न मनासमोर येतात.

फुलं कोणाला आवडत नाहीत? फळं कोणाला खावीशी वाटत नाहीत? आपल्या आवडीची ताजी भाजी मिळाली, तर कोणाला नको असते? त्यासाठीच आपण आपली बाग फुलविली पाहिजे.

आपल्याला जेवणात दररोज भाजी हवी असते. पण चांगली भाजी आणायला

बाजारात जायला नको वाटतं. भाजीसाठी जास्त पैसा खर्च करणंही अनेकदा परवडत नाही. अशा वेळी आपणांस हवा असणारा भाजीपाला आपणच पिकविला तर? आपल्या घरात टेबलावर फुलदाणीत चांगली टपोरी दोनचार फुलं ठेवता आली, तर शोभा निश्चित वाढेल. पण दररोज महाग फुलं घेणं आपणांस परवडेल? शिवाय दररोज ही फुलं कोणी आणायची? हीच गोष्ट फळांची. प्रत्येक हंगामातील फळं घरातच खायला मिळाली, तर किती बहार येईल? असे मनातील मनोरे अनेकजण बांधीत असतात. पण ते प्रत्यक्षात आणणं मुळीच अवघड नाही.

शहरात आणि शहराच्या जवळपास आता अनेक टुमदार बंगले उभे राहत आहेत. या बंगल्याशेजारी मोकळी जागा बरीच असते. या मोकळ्या जागेत व्यवस्थित आखणी करून, आपली बाग सहज फुलविता येईल. खेड्यातही अनेक शेतकरी शेतात छान बंगले सध्या बांधू लागले आहेत. त्या बंगल्यासमोर सुंदर बाग फुलल्यास त्या बंगल्याचं सौंदर्य निश्चित खुलेल.

मुंबई, पुणे, सोलापूर, नागपूर अशा मोठ्या शहरांत आता बंगले बांधणं अवघड झालं आहे. कारण मोठ्या शहरात जागेच्या किंमती आकाशाला भिडू लागल्या आहेत. म्हणूनच आकाशात झेप घेणाऱ्या कित्येक मजल्यांच्या उंच इमारती बांधताहेत. अशा इमारतीतील फ्लॅटस्‌मधे राहणाऱ्यांना बाल्कनीत किंवा गच्चीवर, थोड्या प्रमाणात का होईना, बाग फुलविता येईल.

माणसाला कोणता ना कोणता छंद पाहिजे. प्रत्येकाच्या आवडीचे वेगवेगळे छंद असतात. बागकामाचा छंद असाच आहे. तो आपला रिकामा वेळ सत्कारणी लावतोच; पण आपल्या हातानं पेरलेल्या बियांना अंकुर फुटलेला पाहिल्यावर, आपण लावलेल्या रोपट्यास फुलांची कळी दिसल्यावर किंवा आपल्या बागेतील फळझाडावर पहिली फळं आल्यावर जो निर्मितीचा आनंद असतो, तो एक वेगळाच आनंद असतो. त्याचा अनुभव घेतल्याशिवाय त्याचं महत्त्व कळणार नाही.

बागकामात आपला रिकामा वेळ चांगला जातो. शरीराला व्यायाम मिळतो. निर्मितीचा आनंद अनुभवता येतो. घरातच भाजीपाला, फळं, फुलं तयार केल्यानं ती खाताना असं वेगळं समाधान लाभतं. माझ्या बागेतील ही भाजी आहे, ही फुलं आहेत, ही फळं आहेत, असं अभिमानानं सांगता येतं. मित्रांना, नातेवाईकांना, आपल्या घरच्या बागेतील या वस्तू देताना किती आनंद होतो!

सध्याच्या धावपळीच्या आणि भेसळीच्या जीवनात एखादी वस्तू शुद्ध स्वरूपात मिळणं फार अवघड झालं आहे. बहुतेक सर्व वस्तू भेसळयुक्तच मिळतात. त्याला भाजीपाला तरी कसा अपवाद असेल? अधिक उत्पन्न मिळण्यासाठी भाजीपाला, फुलझाडं, फळझाडं यांना रासायनिक खतं देतात. त्यावरील रोगकिड्यांच्या बंदोबस्तासाठी त्यांवर अनेक प्रकारची कीटकनाशकं फवारली जातात. अशी औषधं फवारल्यावर

काही ठराविक दिवसानंतरच भाजीपाला किंवा फळं तोडली पाहिजेत. पण त्याकडे काळजीपूर्वक लक्ष देणारे फार थोडे शेतकरी असतात. प्रत्येकाला घाई झालेली असते. त्यामुळं कीटकनाशकं भाजीपाल्यावर, फळांवर तशीच राहतात. भाज्या, फळं यांबरोबर आपल्या पोटात त्यांचा शिरकाव होतो. त्यापासून मग आपणांस आजारांचा त्रास होतो.

परंतु आपण आपल्या बागेतच भाजीपाला पिकविल्यास असं होणार नाही. आपण याबाबतीत अधिक काळजी घेऊन भाजीपाला तोडू. बगिच्यापासून हा केवढा मोठा फायदा आहे!

ताज्या हिरव्या भाजीपाल्यात 'क' जीवनसत्त्व भरपूर प्रमाणात असतं. परंतु शेतापासून बाजारापर्यंत आणि पुन्हा स्वयंपाकघरात येईपर्यंत या भाज्यांचा फार थोडा ताजेपणा शिल्लक राहतो. त्यामुळं ही जीवनसत्त्वं अशा भाज्यांत फार थोडी शिल्लक राहतात. या उलट, स्वत: लावलेल्या आपल्या बागेतील भाजीपाला व फळं फारच ताजी असतात. असा ताजा भाजीपाला व फळं दररोज खाल्ल्यानं आपलं आरोग्य सुधारतं. आपली रोगप्रतिकारक शक्ती वाढते.

आपल्या घराभोवती हिरवी झाडं, रंगीबेरंगी फुलं, छान छान फळं फुलल्यामुळं प्रदूषण रोखण्यास निश्चितच मदत होते. सकाळी उठल्यानंतर आपल्या बागेतून सहज फिरल्यास हे सर्व निसर्गवैभव पाहून मन आनंदित होतं. बागेत असणाऱ्या झाडांवर, फुलांवर, भाजीपाल्यावर असणारी फुलपाखरं, मधमाश्या, पक्षी पाहून मन समाधानानं भरून येतं. अशा प्रकारे सकाळी आलेली प्रसन्नता दिवसभर टिकून सर्व दिवस चांगला जातो.

आपण फुलवलेली छान बाग पाहून शेजारी-पाजारी, मित्र-मैत्रिणी, पाहुणे आपलं कौतुक करतात. त्यामुळं आपल्या मनाला आगळा-वेगळा आनंद होतो. सेवानिवृत्त झालेल्यांना बागेचा छंद म्हणजे आनंदाचा ठेवा असतो. त्यामुळं वेळ चांगला जातो. सध्या महागाईच्या दिवसांत बागेतच भाजी, फुलं, फळं तयार केल्यानं चार पैसे वाचतात. अशा प्रकारे या बागांमुळे अनेक फायदे होतात. बाग लहान असो, मोठी असो. ती करा. शास्त्रोक्त पद्धतीनं ती फुलवा. जागा नसेल, तर कुंडीत, खोक्यात झाडं लावा. निसर्गाचा अमर्याद आनंद लुटा. घरातील बाग छान फुलवा. आनंदी व निरोगी व्हा.

♦

बागेची आखणी हवी

आपण नवीन घर बांधण्यापूर्वी त्याचा आराखडा आर्किटेक्टकडून काढून घेतो. आपणांस किती खोल्या पाहिजेत, बैठकीची खोली कशी हवी, स्वयंपाकघर कोठे हवे, झोपण्याच्या खोलीचा काय आकार असावा, अशा अनेक गोष्टींची पूर्व आखणी करतो. घराचा नकाशा तयार करतो. लाखो रुपये खर्च करून आपण आपले घर पूर्ण करतो. मग तो स्वतंत्र बंगला असेल किंवा एखाद्या इमारतीमधील फ्लॅट असेल. पण घराची आखणी केल्याशिवाय बांधकाम करणारे क्वचितच!

घराच्या आखणीकडे आपण एवढे लक्ष देतो. परंतु ज्या बागेवर आपल्या घराचे बाह्यसौंदर्य अवलंबून आहे, त्या बागेच्या आखणीकडे फार थोडे लोक काळजीपूर्वक पाहतात. हे योग्य नाही. बागेची आखणी न करता लावलेली झाडे वाढतील. ती फुलतील. त्यांना फळेही लागतील. परंतु, संपूर्ण बाग पाहिल्यावर त्याचा जो योग्य परिणाम व्हावयास पाहिजे, तो होणार नाही. म्हणून आपली बाग कशी असावी, याचे सुंदर चित्र आपल्या मनात आपण रंगविले पाहिजे. त्यानंतर ग्राफपेपरवर त्याची आखणी करावी. आपल्या बागेत कोणत्या ठिकाणी फळभाज्या लावाव्यात, कोणत्या ठिकाणी फळझाडे, फुलझाडे लावली असता बागेची शोभा वाढेल, याचा आराखडा तयार केला पाहिजे.

निरनिराळ्या झाडांची उंची, त्यांचे आकार यांचा विचार करून कागदावर त्यांच्या जागा निश्चित केल्या पाहिजेत. आपल्या मनातील मनोरम बागेचे चित्र कागदावर उतरेपर्यंत झाडाच्या जागा बदलून पाहाव्यात. आपल्या आवडी- निवडींचा विचार त्यात असावा. आपणांस हे करणे शक्य नसल्यास तज्ज्ञाकडून बागेची आखणी करून घ्यावी. आपल्या गरजा, आपल्या कल्पना त्यास सांगाव्यात. घराच्या आखणीसाठी आपण तज्ज्ञांची मदत घेतोच ना? मग बागेसाठी का नको?

कारण बागेवर घराची शोभा अवलंबून असते. स्वत:च्या वैशिष्ट्याची छाप आपल्या बागेवर आली पाहिजे. इतरांपेक्षा आपली बाग वेगळी व चांगली कशी होईल, याकडे लक्ष द्यावे. त्यासाठी इतरांच्या बागा पाहाव्यात. बागेत फुलांची किंवा इतर झाडे लावताना बागेला वेगळा आकार येईल, याकडे लक्ष द्यावे.

आपल्या घरापासून बाग कशी दिसेल, याचा विचार करून बागेची आखणी करावी. बाग हा घराचाच एक भाग असून, घराला त्यामुळे अधिक शोभा येईल, याचा विचार बाग- आखणीत ठेवावा.

झाडांची दाटी नको : बागेच्या आखणीतील महत्त्वाचे तत्त्व म्हणजे बागेत झाडांची गर्दी, दाटी नसावी. एखादे झाड लावावे, की लावू नये, असा मनात विचार आल्यास ते झाड न लावणे बरे. बागेत अनेक प्रकारची झाडे, वेली, झुडपे यांची दाटी झाल्यास ती घराशेजारची बाग न वाटता निरनिराळ्या वनस्पतींची बाग (बोटॅनिकल गार्डन) वाटेल.

मोठी झाडे शक्यतो घराच्या मागील बाजूस लावावीत. आंब्यासारखी मोठी वाढणारी झाडे घरापासून लांब लावावीत.

बागेची जागा मोठी असेल, तर बागेत अनेक वैचित्र्ये निर्माण करता येतात. बागेत असणाऱ्या नैसर्गिक बाबी म्हणजे उतार, पाण्याच्या वाटा, मोठे दगड तसेच ठेवून नैसर्गिक बाग तयार करता येते.

रंग आणि सुवास : बागेत निरनिराळे रंग आणि वास येणे महत्त्वाचे आहे. बागेत आल्यानंतर रंगाच्या निरनिराळ्या संगती पाहून मन प्रसन्न झाले पाहिजे. तसेच वेगवेगळ्या सुवासांनी मन धुंद झाले पाहिजे. अशा तऱ्हेने बागेची आखणी करावी. लाल, निळा व पिवळा हे तीन प्रमुख रंग आहेत. त्यांच्या जोडीला जांभळा, हिरवा व नारिंगी हे दुय्यम रंग आहेत. यांपैकी लाल, नारिंगी व पिवळा रंग उष्ण समजतात, तर जांभळा, निळा व हिरवा हे थंड प्रवृत्तीचे रंग समजतात. एकमेकांविरूद्धचे रंग डोळ्याला सुखावह दिसतात. उदा., पिवळा व जांभळा किंवा तांबडा आणि हिरवा हे एकमेकांविरुद्धचे रंग शेजारी असल्यास अधिक सुखद असतात. त्यादृष्टीने बागेत फुलझाडांची लागवड होईल, अशी आखणी करावी.

रंगाप्रमाणेच बागेतील सुगंधही महत्त्वाचा आहे. म्हणूनच झाडे, झुडपे अगर वेलींची निवड करताना सुगंध देणाऱ्या झाडांकडे अधिक लक्ष द्यावे. त्यासाठी चाफा, मोगरा, रातराणी, गुलछडी, केवडा अशा सुवास देणाऱ्या झाडांचा समावेश बागेत करावा.

झाडांतील अंतर : दोन झाडांतील अंतर किती ठेवावे, याचा झाडे लावतानाच काळजीपूर्वक विचार करावा. झाड पूर्ण वाढल्यानंतर त्याचा किती विस्तार होतो, हे ध्यानात घेऊन त्या दोन झाडांतील अंतर ठेवावे. शेजारच्या झाडांच्या फांद्या

एकमेकांत येऊन झाडांच्या वाढीला अडथळा होणार नाही, अशी आखणी करावी.

भाजीपाला, फळझाडे : आपल्या कुटुंबातील लोकांची संख्या, त्यांच्या आवडी लक्षात घेऊन भाजीपाला व फळझाडे किती क्षेत्रात व कोणती घ्यावीत, हे ठरवावे. सर्वसाधारणपणे बागेतील १/३ जागा हिरवळ (लॉन), कुंपण, रस्ते, इत्यादींसाठी ठेवावी. तर १/३ भागात फुलबाग करावी. त्यात वर्षायु, हंगामी, इ. फुलझाडे असावीत. तर उरलेली १/३ जागा भाजीपाला व फळझाडे यांच्यासाठी ठेवावी.

२५० चौ. मी. जागेतील भाजीपाला ४ ते ५ लोकांना ८ ते ९ महिने पुरतो, असा अनुभव आहे. तर एवढ्याच कुटुंबाला दररोज १ किलो फळे लागतात, असे गृहीत धरले, तर ४०० किलो फळे मिळण्यासाठी ४ आर् (गुंठे) जमीन पुरते. त्या दृष्टीने भाजीपाला व फळझाडे यांची लागवड करावी.

पाणीपुरवठा : बागेला नियमित व पुरेसा पाणीपुरवठा होणे फार महत्त्वाचे आहे. म्हणून पाणी किती क्षेत्राला, कोणत्या प्रकारच्या झाडांना, किती वेळ उपलब्ध होईल, हे ध्यानात घेऊन बागेची आखणी करावी. कारण बागेचे यश पाणीपुरवठ्यावर अवलंबून असते. तसेच, बागेत कंपोस्ट खड्डा कुठे काढायचा, बागेला लागणारी अवजारे, बियाणे, कंद, खते, इ. कोठे ठेवायची, याचाही विचार आखणीत करावा.

आपल्या बागेतील जमिनीचा, हवामानाचा विचार करून त्या ठिकाणी जी झाडे चांगली येऊ शकतील, त्यांचीच लागवड करण्याचा विचार करावा. तसेच, आपल्या बागेत दिवसभर सूर्यप्रकाश असतो किंवा कसे, कोणत्या भागात, केव्हा असतो, याचा विचार करून त्यानुसार त्या ठिकाणी झाडांची लागवड करावी.

जमीन-माती : बागेतील माती तर फार महत्त्वाची आहे. कारण मातीतच सर्व झाडे उगवणार. म्हणून शक्यतो बागेतील मातीची तपासणी करून घ्यावी. तसेच, बागेत चांगली माती नसल्यास नदीकाठची माती म्हणजे पोयटा आणून टाकावा. शेतातील काळी माती बागेत टाकणे योग्य नाही. घराचे बांधकाम नुकतेच संपले असल्यास बागेत पडलेले सिमेंट, विटा, चुना, डबर, इत्यादी बांधकामाचे साहित्य बागेतून ताबडतोब हलवावे. आपणांस माहिती आहे, की अमुक झाडाला अमुक प्रकारची जमीन लागते. उदाहरणार्थ, जांभ्या दगडापासून बनलेल्या जमिनीत आंब्याची झाडे चांगली येतात. कोकणात अशा जमिनी अधिक असल्याने तिकडे आंब्याचे पीक चांगले येते. म्हणून आपल्या बागेतील मातीची पाहणी करावी. तिची तपासणी करून घ्यावी. आपल्या बागेतील जमिनीत चांगली वाढतील, अशाच झाडांची शक्यतो निवड करावी.

बागेत नदीकाठची माती आणून टाका, असे सांगतात. पण त्याचे काय कारण? नदीच्या काठी ओढा, नाला यांच्या शेजारी जी माती असते, तीत

निरनिराळ्या वनस्पतींना उपयुक्त अशी द्रव्ये असतात. शिवाय या जमिनीतून पाण्याचा निचरा चांगला होतो. जास्त नाही अगर कमी नाही इतक्या बेतानेच अशी माती पाणी धरून ठेवते.

जमिनीचा पोत : झाडे व वनस्पती यांच्या अन्न, पाण्याचा विचार केला असता असे दिसते, की यासंबंधात जमिनीच्या पोतास फार महत्त्व आहे. जमिनीचा पोत कशाला म्हणायचे ?

जमिनीचे पृष्ठभाग व तळभाग असे दोन भाग समजतात. पृष्ठभाग - जमीन २० ते २५ सें.मी. खोलीपर्यंत असते. तर २५ ते ४५ सें. मी. किंवा ६० सें.मी. पर्यंत खाली तळभाग - जमीन असते. पृष्ठभाग जमिनीचा रंग प्रकाराप्रमाणे काळा, तांबडा, पांढरा असतो. तिच्यातील मातीचे कण बारीक असतात. त्या भागातच वनस्पतीची मुळे अधिक प्रमाणात असतात.

तळभाग जमिनीचा रंग सर्वसाधारणपणे फिकट असतो. यातील मातीचे कण वरील थरातील कणापेक्षा मोठे असतात. हे कण मातीत कशा प्रकारे असतात, त्यावर त्या मातीचा पोत अवलंबून असतो. ते कसे काय? आपण एका काचेच्या भांड्यात १०० गोट्या भरून ठेवल्या, तर त्या कशा दिसतात? गोट्या खच्चून भरल्या असल्या, तरी त्यांत काही पोकळी राहतेच. ही पोकळी कमी जास्त होण्यासाठी गोट्यांचा आकार कमीजास्त झाला पाहिजे. तीच गोष्ट आपल्या जमिनीतील मातीच्या कणांची आहे. त्यात काही कण चपटे, काही वाटोळे असतील. हे सर्व कण एकमेकांना चिकटून राहतील किंवा वेगवेगळे राहतील. जमिनीची आपण कशी मशागत करतो, त्यावर जमिनीच्या या कणांची परिस्थिती अवलंबून असते. मातीच्या दोन कणांच्या मध्ये जी पोकळी राहते, तीवर वनस्पती अगर झाडे यांचे वाढणे अवलंबून असते. यालाच जमिनीचा पोत म्हणतात.

यावर झाडांची वाढ का अवलंबून असावी? त्याचे कारण म्हणजे, या पोकळीतील कणांना धरून पाणी राहते. जमिनीत शिरताना जास्त पोकळी असली, तर मुळे व कण यांचा यावा तसा संबंध येत नाही. त्यामुळे कणाकणाने धरून राहिलेले अन्नमय पाणी त्यांना मिळू शकत नाही. कणाकर्षणाशिवाय जे पाणी आत असते, ते निरुपयोगी व अपायकारक असते. तसेच वनस्पती सजीव असल्यामुळे त्यांना हवेची फार जरुरी असते. ती हवा मुळांना या पोकळीमुळेच मिळते. एखाद्या जमिनीला जास्त पाणी दिले, तर जमिनीतील सर्व पोकळी पाण्याने भरून गेल्याने झाडांची मुळे हवा नसल्याने गुदमरतात. त्याचा झाडांना अपाय होतो.

याचसाठी कोणतेही झाड मातीत लावताना प्रथम जमिनीवरील मोठी ढेकळे फोडून बारीक करावीत. माती चांगली भुसभुशीत करून मग तीत बी किंवा झाड लावावे. अशा दाबलेल्या जमिनीत पाणी, हवा, उष्णता वगैरे बाबी योग्य त्या

प्रमाणात असतात. त्यामुळे केशाकर्षण पद्धतीने ज्याप्रमाणे दिव्याच्या वातीला खालचे तेल मिळते, त्याचप्रमाणे जमिनीतील पाणी झाडे वर ओढून घेतात.

झाड लावल्यानंतर त्याच्यावरील माती दाबावी, असे सांगतात. त्याचे काय कारण? कोणत्याही झाडाची जमिनीत लागवड करताना मातीचे कण मुळांना अगदी चिकटून बसणे योग्य असते. म्हणून ती ज्या खड्ड्यात लावायची, तो बुजविताना त्याच्यावरील माती दाबावी. त्यामुळे मातीचे कण मुळांना चिकटतात.

जमिनीचा पोत बिघडण्याची अनेक कारणे आहेत. ती सर्व कारणे शेणखत, कंपोस्ट खत, हिरवळीचे खत, इ. सेंद्रीय खते घालून नाहीशी करता येतात. मातीचा कण बारीक किंवा मोठा असो, सेंद्रिय खते तो योग्य त्या प्रमाणात आणून ठेवतात. त्यामुळेच जमिनीचा पोत सुधारतो. पाणी धरून ठेवण्याची त्याची क्षमता वाढते. सेंद्रिय खते इतकी महत्त्वाची आहेत. बागेतील जमिनीत खाचखळगे असल्यास ते भरून जमीन समपातळीत आणावी. त्यास संरक्षक भिंत किंवा कुंपण असावे.

बागेची आखणी करताना पुढील वैशिष्ट्ये राहतील, याकडे लक्ष द्यावे.

१) कुंपण, २) हिरवळ, ३) बागेतील रस्ते, ४) फुलझाडे, ५) कुंडीतील झाडे, ६) दगड-बाग, ७) गच्ची बाग, ८) जलबाग, ९) भाजीपाला, १०) फळझाडे, ११) शोभेच्या पानांची झाडे.

◆

बागेत अनेक कामे असतात

आपण चांगली बाग करण्याचे ठरविले. बागेची आखणी केली. आता प्रत्यक्ष कामाला सुरुवात केली पाहिजे.

बागेत अनेक प्रकारची कामे करावी लागतात. यांपैकी काही कामे स्वत: केली पाहिजेत, तर काही कामे इतरांकडून करवून घेतली पाहिजेत. अर्थात बागेत स्वत: काम करण्यात एक वेगळा आगळा आनंद असतो. पण तो आनंद लुटण्यापूर्वी कोणती कामे असतात, हे तरी पाहिले पाहिजे.

जमीन महत्त्वाची : झाडे जमिनीत लावतात. तीतच ती वाढतात. जमिनीपासून झाडांना लागणारे अन्न, पाणी व्यवस्थित व वेळेवर मिळाले, तर त्यांची वाढ चांगली होते. म्हणून बागेच्या बाबतीत जमीन फार महत्त्वाची बाब आहे. त्यासाठी बागेतील जमीन नेहमी चांगली, सुपीक ठेवली पाहिजे. पिकांना अपाय करणारी द्रव्ये जमिनीत नाहीत, याची काळजी घेतली पाहिजे. जमीन सुपीक ठेवण्यासाठी जमिनीस चांगल्या कंपोस्ट खताचा पुरवठा केला पाहिजे. जमिनीतील मातीची तपासणी करून घेणे केव्हाही फायद्याचे असते.

बागेसाठी जमीन तयार केली पाहिजे, म्हणजे काय करायचे? जमीन उकरून घेऊन ती समपातळीत आणावी. जमीन उकरल्यानंतर ढेकळे निघाली असल्यास, ती फोडून जमीन भुसभुशीत करतात. रोपांना अन्न पुरविणे, ओलावा राखून ठेवणे आणि रोपांची मुळे घट्ट धरून ठेवण्याची कामे जमीन करते. म्हणून ज्या जमिनीची चांगली मशागत केली आहे, ज्या जमिनीतून पाण्याचा चांगला निचरा होतो आणि जी जमीन सुपीक आहे, ती बागेसाठी उत्तम जमीन असते. मागील प्रकरणात यासंबंधी अधिक माहिती घेतली आहे.

चांगला निचरा : आमच्या बागेतील झाडे चांगली वाढत नाहीत, अशी तक्रार अनेक लोक करतात. त्याची अनेक कारणे असू शकतात. परंतु, महत्त्वाचे

कारण म्हणजे, बागेच्या जमिनीतून पाण्याचा चांगला निचरा होत नसावा. पाण्यात किंवा दलदलीच्या जमिनीत उगवणारी झाडे सोडली, तर इतर सर्व झाडांना चांगला निचरा होणारी जमीन आवश्यक असते. त्याशिवाय झाडांची वाढ चांगली होत नाही. आपल्या लहान बागेतील जमिनीतून पाण्याचा चांगला निचरा होण्यासाठी बागेच्या सभोवताली किंवा एका बाजूला चर काढावा. त्यात साठलेले पाणी मुख्य ड्रेनेज पाईपमध्ये जाईल, अशी व्यवस्था करावी. ज्या भागात फार पाऊस असतो, अशा ठिकाणी रोपे लावण्यासाठी ७ ते ८ सें.मी. उंचीचे वाफे करावेत. ज्या ठिकाणी झाडे लावायची असतील, त्या ठिकाणी झाडाची पाने, खडी, वाळू थोड्या प्रमाणात टाकल्यास पाण्याचा चांगला निचरा होतो. कुंडीतील झाडे लावतानाही काळजी घ्यावी. कुंडीच्या खाली जे छिद्र असते, त्यावर लहान विटांचे तुकडे टाकावेत. त्यावर नारळाचे केसर पसरावे. ते छिद्र बंद होणार नाही, याची काळजी घ्यावी.

बाग करताना प्रामुख्याने जमिनीच्या वरच्या थराशी संबंध येतो. महत्त्वाची गोष्ट म्हणजे, जमिनीचा वरील २४ ते २५ सें.मी. भाग हा सर्वांत सुपीक असतो. जमीन उकरीत असताना वरची ही माती पृष्ठभागावरच राहील, याची काळजी घ्यावी. जमिनीच्या या वरच्या थराची जाडी निरनिराळ्या भागांत कमी जास्त असते. हा वरचा भाग खनिजे, वनस्पती, प्राण्यांचे अवशेष, पाणी, हवा, इत्यादींनी तयार झालेला असतो. या थरात आपणांस डोळ्यांनी न दिसणारे असे असंख्य अतिसूक्ष्म जीवाणू, बुरशी असतात. त्यांतील बरेच आपल्या झाडांच्या उपयोगी असतात. म्हणूनच जमिनीच्या वरच्या थराची अधिक काळजी घ्यावी. या वरच्या थरासच जमिनीचे फूल म्हणतात. ते टिकविले पाहिजे. ते अधिक सुपीक केले पाहिजे.

आपण जमीन सुपीक करण्यासाठी तीत नियमितपणे खत घातले पाहिजे. सेंद्रिय व रासायनिक अशी दोन प्रकारची खते असतात. यांशिवाय वाळू, चुना, सिमेंटचे तुकडे यांची काही झाडांना आवश्यकता असते, याची अनेकांना कल्पना नसते. पण झाडांच्या वाढीसाठी त्यांची पुढीलप्रमाणे मदत होते.

वाळूपासून झाडांना अन्न मिळत नाही. परंतु वाळू जमिनीत घातल्याने जमिनीचा निचरा वाढतो. म्हणून ज्या ठिकाणी जमीन भारी आहे किंवा रोपांना फार कमी पाणी लागते, अशा ठिकाणी वाळूचा उपयोग होतो. वाळूत सतत ओलावा ठेवल्यास त्यात झाडाच्या छाट्यांना (कटिंग) लवकर मुळ्या फुटतात.

सिमेंटचे जुने तुकडे (साधारणपणे १.५ ते २.५ सें.मी आकाराचे) जमिनीत टाकल्याने जमिनीचा निचरा सुधारतो. तसेच जमिनीस काही प्रमाणात चुनाही मिळतो.

काही जमिनींत चुन्याचे प्रमाण फार कमी असते. तर काही झाडांना चुन्याची

आवश्यकता असते. चुन्यामुळे जमिनीची जडणघडण सुधारते. जमिनीची पाणी धरून ठेवण्याची क्षमता वाढते. तसेच काही प्रमाणात बुरशी (फंगस), रोग-किडींना प्रतिकार करण्याची जमिनीची शक्ती वाढते. जर जमिनी ॲसिडिक असतील, तर दर चौ. मीटरला २५० ग्रॅम चुना टाकल्यास फायदा होतो. मात्र जमिनी अल्कलाईन असून, त्यांचा पीएच् अधिक असेल, तर चुना वापरू नये. तसेच तीन वर्षांतून एकदा चुना वापरावा. शेणखत व चुना एकदम जमिनीत टाकू नये. तर चुना टाकल्यानंतर १५ दिवसांनी शेणखत टाकावे.

आपली जमीन कशा प्रकारची आहे, हे ओळखण्यासाठी एक साधी गोष्ट करा. ओलसर जमिनीतील मातीत टीपकागद (लिटमस कागद) घाला. कागदाचा रंग लाल झाल्यास जमीन ॲसिडिक समजावी. तर निळा रंग झाल्यास ती अल्कलाईन असते. टीपकागदाचा दुसरा कोणता रंग झाल्यास जमीन न्युट्रल समजावी.

♦

खते

खते दोन प्रकारची असतात. १) सेंद्रिय खते आणि २) रासायनिक खते. त्यांची माहिती पुढे दिली आहे.

सेंद्रिय खते : झाडांचे प्रमुख अन्न म्हणजे सेंद्रिय खते. सेंद्रिय खते खालील प्रकारांत मिळतात.

१) शेणखत : सेंद्रिय खतांत शेणखतास फार महत्त्वाचे स्थान आहे. झाडांना लागणारी जवळजवळ सर्व अन्नद्रव्ये शेणखतातून मिळतात. दरवर्षी दर चौरस मीटरला १० किलो शेणखत द्यावे. निरनिराळ्या जनावरांपासून शेणखत मिळू शकते. कोंबड्यांचे खत स्वतंत्ररित्या न देता शेणखताबरोबर द्यावे. कारण ते तीव्र असते.

शेणखत कधीही उघड्यावर टाकू नये. त्यामुळे त्यातील नत्र कमी होतो. म्हणून ज्या वेळी शेणखत वापरायचे असेल, त्याच वेळी ते खड्ड्यातून बाहेर काढावे. खत बाहेर काढल्यावर ते मातीने झाकून ठेवावे.

२) कंपोस्ट खत : शेणखत फार चांगले असले, तरी त्याची उपलब्धता फार कमी असते. म्हणून बागेसाठी कंपोस्ट खत वापरणे सोयीचे व चांगले असते. बागेचे यश कंपोस्ट खताच्या योग्य वापरावर अवलंबून असते. बागेतील पाने, कचरा, भाजीपाल्याचे तुकडे, इत्यादींचा वापर कंपोस्ट खत करण्यासाठी करतात. कंपोस्ट खत कसे करावे, याची सविस्तर माहिती परिशिष्ट क्र. १ मध्ये दिली आहे. दर चौ. मीटर जमिनीसाठी सुमारे १० ते १५ किलो या प्रमाणात कंपोस्ट वापरावे.

३) हाडांचे खत : हे खत झाडांना फार उशिरा व सावकाश लागू पडते. म्हणून झाडे लावण्यापूर्वी दोन महिने अगोदर हे खत बागेत घालावे. दर चौ. मीटरला १५० ग्रॅम या प्रमाणात याचा वापर करावा.

४) लाकडाची राख : या राखेत स्फुरद (पोटॅश) बऱ्याच प्रमाणात (४.७%) असते.

५) पेंड : तेलबियांतून तेल काढल्यानंतर उरलेल्या पेंडीचा उपयोग झाडांना चांगला होतो. हल्ली लिंबोळी पेंडीचा वापर वाढतो आहे. त्यामुळे पांढऱ्या मुंग्या आणि किडींचा उपद्रव कमी होतो.

६) कोळशाचा चुरा : बागेत कोळशाचा चुरा वापरल्याने किडींचा, गोगलगाईचा उपद्रव कमी होतो. त्याच्या वापराने जमिनीची पाणी धरून ठेवण्याची क्षमता वाढते. मातीची सच्छिद्रता वाढण्यास मदत होते.

७) हिरवळीचे खत : जमिनीत हिरवळीची पिके पेरून ती हिरवी असतानाच जमिनीत गाडल्याने जमिनीस हिरवळीचे खत मिळते. ताग, धैंचा, सोयाबीन किंवा चवळीसारखे लवकर वाढणारे द्विदलधान्याचे पीक पावसाळ्यात बागेत पेरावे. ते फुलावर येण्याच्या सुमारास कापून जमिनीत गाडावे. त्यामुळे जमिनीची सुपीकता वाढते. बागेत भाजीपाल्याची पिके घेण्यासाठी आपण वाफे करतो. अशा मोकळ्या झालेल्या वाफ्यांत तीन वर्षांतून एकदा हिरवळीचे पीक गाडल्यास फार चांगला परिणाम होतो.

८) जिवाणू खते : गांडुळे, बॅक्टेरिया, बुरशी यांपासून जी खते तयार होतात, त्यांना जिवाणू खते म्हणतात. अॅझो, रायझो ही खते याच प्रकारातील आहेत.

रासायनिक खते

बागेत कोणत्याही प्रकारची सेंद्रिय खते योग्य वेळी प्रमाणात दिल्यास रासायनिक खते वापरण्याची जरुरी भासत नाही. परंतु पुष्कळदा सेंद्रिय खते पुरेशी मिळत नाहीत किंवा काही वेळ लवकर परिणाम साधण्यासाठी रासायनिक खतांचा वापर करावा लागतो. मात्र त्या जमिनीत प्रथम सेंद्रिय खते घालावीत.

रासायनिक खतांतील प्रमुख अन्नद्रव्ये म्हणजे नत्र, स्फुरद व पालाश ही आहेत. निरनिराळ्या कारणांसाठी यांतील प्रत्येक द्रव्याचा वापर होतो.

नत्र : नत्रामुळे झाडाची चांगली वाढ होते. त्याला भरपूर हिरवी पाने लागतात. झाडाची वाढ झपाट्याने होते. नत्राच्या कमतरतेमुळे झाडांची वाढ चांगली होत नाही. झाडाची पाने लहान किंवा पिवळसर पडतात. पण ती गळत नाहीत. अशा वेळी झाडांना नत्रयुक्त खते द्यावीत. दर चौ. मीटरला ३० ते ६० ग्रॅम ही खते द्यावीत. २५ ते ३० सें.मी. आकाराच्या कुंडीतील झाडास एक मोठा चमचा हे खत द्यावे. हे खत एकदम देण्याऐवजी पंधरा दिवसांच्या अंतराने दोन ते तीन हप्त्यांत द्यावे. काही प्रमुख नत्रयुक्त खते- यूरिया, अमोनियम सल्फेट, अमोनियम नायट्रेट. यूरियात ४६.६ टक्के नत्र असून ते झाडाला सुमारे ३ दिवसांत लागू होते.

स्फुरद : आपणांस भरपूर फुले व फळे मिळण्यासाठी स्फुरदयुक्त खतांचा

वापर करावा. कोबी, फ्लॉवर यांसारख्या भाजीपाल्यास स्फुरद खतांची फार जरुरी असते. त्यामुळे त्यांचे गड्डे मोठे होतात. पाने गळणे, लहान फळे किंवा फुले गळणे अशांसारखी लक्षणे दिसल्यास स्फुरदाची कमतरता आहे, असे समजावे. सुपरफॉस्फेट खत दिल्याने स्फुरद झाडांना मिळते. खत दिल्यानंतर सुमारे ४ आठवड्यांनंतर त्याचा परिणाम होतो.

पालाश : पालाशमुळे कंदमुळांच्या भाज्यांची चांगली वाढ होते. पालाशमुळे फळे भरपूर लागतात आणि त्यांना चांगली चव येते. झाडास पालाशची कमतरता पडल्यास फळावर डाग पडतात. (उदा., टोमॅटोवर हिरवे किंवा पिवळे डाग दिसतात.) पालाशयुक्त खते म्हणजे पोटॅशियम सल्फेट, म्युरेट ऑफ पोटॅश ही होत. या खतांत ५० टक्के पालाश असते.

ही रासायनिक खते मिश्रण स्वरूपातही मिळतात. सध्या निरनिराळी दाणेदार मिश्रखते मिळतात. आपणांस ज्याप्रमाणे नत्र, स्फुरद अगर पालाश हवा असेल, त्या प्रमाणात ही मिश्रखते वापरता येतात. ही निरनिराळी मिश्रणे असतात. उदा., १८:१८:१८ या मिश्रखताच्या १०० किलोंत १८ किलो नत्र, १८ किलो स्फुरद व १८ किलो पालाश असते. असाच हिशेब इतर खतांच्या बाबतीत करून त्यांचा वापर बागेत करावा.

वरील तीन मुख्य अन्नद्रव्यांशिवाय काही जमिनीत कॅलशियम, आयर्न, मॅग्नेशियम यांसारखी दुय्यम अन्नद्रव्यांची कमतरता भासते. त्यासाठी बागेतील मातीची तपासणी करून त्यानुसार खते देणे योग्य ठरते.

बागेची जमीन तयार करताना किंवा कुंडीत माती भरताना रासायनिक खते झाडांना द्यावीत किंवा झाड चांगले जगल्यानंतर ही खते वापरावीत. अशा वेळी खते दिल्यानंतर ताबडतोब झाडांना पाणी द्यावे. खत दिल्यानंतर एक आठवडाभर झाडांना भरपूर पाणी द्यावे. पाणी कमी पडल्यास झाड जळण्याची शक्यता असते. आपल्या बागेतील झाडांना जास्तीत जास्त प्रमाणात सेंद्रिय खतेच द्यावीत. अगदी नाइलाज झाला, तरच रासायनिक खते द्यावीत.

द्रवरूप खते

सर्वसाधारणपणे खते भुकटीच्या स्वरुपात देतात. परंतु हीच भुकटी पाण्यात मिसळून दिल्यास त्यांना द्रवरूप खते म्हणतात. ज्या वेळी झाड चांगले रुजले आहे, अशा वेळी त्या झाडाची वाढ अधिक चांगली होण्यासाठी त्यांना ही द्रवरूप खते देतात. द्रवरूप खतांतून झाडांना ताबडतोब अन्न मिळत असल्याने त्यांची वाढ झपाट्याने होते.

सेंद्रिय व असेंद्रिय (रासायनिक) अशी दोन्ही प्रकारची द्रवरूप खते देतात.

सेंद्रिय द्रवरुप खत दिल्याने झाडाची पाणी धरून ठेवण्याची क्षमता वाढते. झाड लहान असताना द्रवरूप खते देऊ नयेत. त्याचप्रमाणे झाडांना अगोदर पाणी देऊन त्यानंतर एक तासाने ही खते द्यावीत. चांगल्या वाढलेल्या झाडांची मुळे त्यांच्या बुंध्यापासून १५ ते २० सें.मी. लांब असतात. म्हणून त्यांना बुंध्यापासून १५ ते २० सें.मी. अंतरावर ही खते द्यावीत.

सेंद्रिय द्रवरूप खते कशी करावीत? ते अगदी सोपे आहे. चांगले शेण घ्यावे. त्याच्या दुप्पट त्यात पाणी घालावे. मग ते झाकून एक दिवसभर चांगले भिजू द्यावे. हिवाळ्यात ते तीन दिवस असे पाण्यात भिजवावे. शेण असे भिजल्यानंतर त्याच्या ३० ते ४० पट पाणी त्यात टाकावे. त्यामुळे चहाच्या रंगाचे मिश्रण तयार होईल. त्यातील शेणाचा भाग खाली बसू द्यावा. मग वरील मिश्रण झाडांना द्यावे. त्याचा झाडांना चांगला फायदा होतो.

रासायनिक द्रवरूप खते करणे फार सोयीचे असते. आपणांस झाडांना नत्र, स्फुरद किंवा पालाश यांपैकी एक किंवा दोन खते द्यावयाची असल्यास, ही खते पाण्यात मिसळून त्याप्रमाणे द्यावीत. नत्रासाठी यूरियाचे द्रावण फार चांगले असते. ते पानावर फवारताही येते. मात्र त्यामुळे झाडांची पाने जळणार नाहीत, याची काळजी घ्यावी. नत्र खताचा एक चमचा, स्फुरद खताचा दीड चमचा आणि पालाश खताचे दोन चमचे प्रत्येकी एक लिटर पाण्यात मिसळून ही खते तयार करता येतात.

द्रवरूप खत करण्यासाठी दुसरी पद्धतही वापरता येईल. त्यासाठी बागेत दूरच्या एका कोपऱ्यात अर्धे किंवा सबंध पिंप ठेवावे. त्यात १ भाग ताजे शेण व आठ भाग पाणी घालून हलवून बंद करून ठेवावे. मध्यंतरी आठवड्यातून एक दोन वेळा हलवावे. १५-२० दिवसांनी खत तयार होते. झाडांचा आकार पाहून त्याप्रमाणे खत द्यावे.

अशा प्रकारे जमिनीस योग्य ती खते योग्य वेळी देऊन, जमीन सकस बनवून, थोड्या जमिनीपासून भरपूर उत्पादन घेता येते.

◆

झाडांसाठी खड्डे

आपण बागेत झाडे लावण्यासाठी अनेकदा खड्डे घेतो. हे खड्डे कसे घ्यावेत आणि त्यांत झाडे कशी लावावीत, हे एक शास्त्र आहे. त्याची माहिती करून घेणे आवश्यक आहे. फळझाडांना खड्ड्यांची आवश्यकता असते. परंतु भाजीपाला पिकासाठी खड्ड्यांची जरुरी नसते. तरीही जमीन कुदळीने व फावड्याने उकरून जमिनीची चांगली मशागत करावी. तसेच, जमिनीतील मोठे दगड, तणांची, झाडांची मुळे इत्यादी काढावीत.

मोठी झाडे लावण्यासाठी त्यांच्या वाढणाऱ्या आकारानुसार कमी जास्त आकाराचे खड्डे काढावेत. खड्डे घेताना एक महत्त्वाची गोष्ट ध्यानात ठेवावी. ती म्हणजे, जमिनीवरची २० ते २५ सें.मी. माती फार सुपीक असते. म्हणून ती खड्ड्याच्या वरच्या बाजूलाच राहिली पाहिजे. त्यासाठी खड्डा किंवा चर काढताना २० ते २५ सें.मी. खोलीची वरची माती खड्ड्याच्या बाजूला ठेवावी. खड्डा अधिक खोल हवा असेल, त्याप्रमाणे खोदावे. त्यातील माती वेगळी ठेवावी; आणि दगड, झाडांची मुळे वगैरे काढून टाकावीत. खड्ड्याच्या तळाला सुकलेल्या पालापाचोळ्याचा १५ सें.मी. चा थर द्यावा. तसेच तळाला १०० ग्रॅम क्लोरेडेन पावडर टाकावी. त्यामुळे हुमणीचा किंवा वाळवीचा त्रास होणार नाही. मग खड्ड्यात २० ते २५ किलो शेणखत किंवा कंपोस्ट खत, ३ किलो बोनमिल किंवा सुपर फॉस्फेट व १ किलो म्युरेट ऑफ पोटॅश किंवा सल्फेट ऑफ पोटॅश व पोयटाची माती यांच्या मिश्रणाने भरून घ्यावा. त्यानंतर त्यात वरच्या थरातील माती टाकावी.

♦

बागेसाठी बी, रोपे, कलमे

बागेची आखणी झाली. ज्या ठिकाणी बाग लावायची तेथील जमीन तयार केली. आता बागेत लावण्यासाठी बी, रोपे, कलमे या वस्तू आणल्या पाहिजेत. त्यादृष्टीने या सर्व गोष्टींचे नियोजन फार लवकर झाले पाहिजे. अनेकदा या वस्तू लांबच्या ठिकाणाहून मागवाव्या लागतात. त्यामुळे त्या येण्यासाठी वेळ लागतो. म्हणून संबंधित वस्तू आपणांस वेळेवर मिळतील, यादृष्टीने त्यांची संबंधितांकडे मागणी केली पाहिजे.

बागेसाठी लागणाऱ्या वस्तू आपणांस परगावहून मागविणे शक्य नसेल, तर आपल्या गावातच कोणाकडे चांगले बी, रोपे, कलमे मिळतात, याची चौकशी करून त्यांच्याकडे आपली मागणी नोंदविणे आवश्यक आहे. बी, रोपे किंवा कलमे खात्रीची असली पाहिजेत. कारण बागेत लावली जाणारी काही झाडे अनेक वर्षे राहणारी असतात. ती जर चांगली मिळाली नाहीत, तर आपले श्रम वाया जातात. म्हणून एखाद्या ठिकाणी स्वस्त रोपे किंवा कलमे मिळतात, म्हणून त्या ठिकाणीच खरेदी करू नये. तर उच्च प्रतीचा, खात्रीचा माल ज्या ठिकाणी मिळतो, त्या ठिकाणाहूनच खरेदी करावी. त्यासाठी थोडा अधिक खर्च आला, तरी त्याकडे पाहू नये. कारण बागेतील झाडे, रोपे वरचेवर बदलण्यासारखी नसतात. म्हणूनच त्यांची उच्च प्रत हाच महत्त्वाचा मुद्दा लक्षात ठेवावा. याबाबतीत बाग असलेल्या इतरांचा अनुभव विचारात घ्यावा.

सध्या काही बी, रोपे काही ठरावीक रोगांना, किडींना प्रतीकार करू शकतात. त्यांची माहिती मिळवून अशी रोपे, बी मिळवावे. बाहेरून रोपे आणल्यानंतर काही अडचणींमुळे त्यांची लगेच लागवड करणे शक्य नसेल, तर ती रोपे काळजीपूर्वक चांगल्या ठिकाणी ठेवावीत. त्यांच्या मुळांभोवती असलेली माती न काढता ती रोपे

तशीच सावलीत ठेवावीत.

रोपे, कलमे करणे

'शुद्ध बीजापोटी फळे रसाळ गोमटी' हे आपणांस माहीत आहे. म्हणून आपल्या बागेत चांगल्या प्रतीची रोपे लावणे फार महत्त्वाचे आहे. परंतु, अनेक वेळा अशी चांगली रोपे, कलमे मिळत नाहीत. म्हणून आपणच अशी रोपे, कलमे करण्यास शिकले पाहिजे. तोही एक चांगला व्यवसाय होऊ शकतो. काही रोपे काही वर्षांनंतर काढून दुसरी लावली असता ती अधिक जोमाने वाढतात. त्यासाठीही आपणांस रोपांची आवश्यकता भासते. रोपे किंवा कलमे करण्याच्या प्रमुख दोन पद्धती आहेत.

१) बियांपासून २) शाकीय (व्हेजिटेटिव्ह) पद्धतीने.

बियांपासून रोपे

बहुतेक सर्व रोपे बियांपासून करता येतात. तसेच, अशी रोपे करणे सोपेही असते. परंतु बागेत सर्व झाडांची रोपे बियांपासून करणे योग्य नसते. कारण बियांपासून केलेल्या सर्व रोपांत त्या मातृवृक्षाचे सर्व गुण येतील, याची खात्री नसते. काही झाडांना बी येत नाही. तर काहींचे बी धरणे शक्य नसते.

चांगल्या खात्रीच्या विक्रेत्याकडून बी विकत आणावे. आपल्या बागेतील फुलांपासून, फळांपासून काही बी जमविता येईल. पण असे बी गोळा करताना ते रोप अगर झाड किंवा वेल पूर्ण निरोगी होती, याची खात्री करून घ्यावी. फुलांचे बी जमा करताना तर अधिक काळजी घ्यावी. फुलांची रोगट रोपटी अगोदर काढून टाकावीत. तसेच, ज्या झाडांची फुले मोठी, टपोरी आहेत, अशा झाडांना खूण करून त्यांचेच बी गोळा करावे. ज्या दिवशी पाऊस नसेल, अशा वेळीच फुलझाडांचे बी गोळा करावे. कारण बी ओले झाल्यास ते सुकविणे त्रासाचे असते.

काही फळभाज्यांची आणि बहुतेक सर्व फुलझाडांची बियांपासून प्रथम रोपे तयार करून, मग ती रोपे बागेत लावावी लागतात. बियांपासून रोपे करण्यासाठी गादीवाफ्यांची जरुरी असते. काहींचे बी (सर्वसाधारणपणे मोठ्या आकाराचे बी) ज्या ठिकाणी रोपे लावायची, त्या ठिकाणीच टाकून लागवड करता येते. निरनिराळ्या भाज्यांची, फुलझाडांची लागवड त्यांच्या रोपांवर अवलंबून असते. ही रोपे शास्त्रोक्त पद्धतीने करण्यासाठी बागेत स्वतंत्र रोपवाटिका करावी. त्यासाठी पाण्याच्या हौदाजवळ जागा निवडल्यास रोपांना पाणी देणे सोयीचे होते. तसेच, या जागेवर फक्त सकाळचे ऊन यावे आणि इतर वेळा सावली असल्यास चांगले असते.

गादीवाफ्यावरील रोपे

ज्या ठिकाणी गादीवाफे करावयाचे, त्या ठिकाणची माती कुदळीने खोदावी. त्यातील ढेकळे फोडून, माती भुसभुशीत करावी. ही जागा उन्हात थोडे दिवस तापू द्यावी. मग रोपे तयार करण्यासाठी १ मीटर रुंद, १ ते १.५ मीटर लांब आणि १५ ते २० सें. मी. उंचीचे गादीवाफे करावेत. आपणांस किती रोपे हवी आहेत, त्यानुसार किती गादीवाफे करावेत, हे ठरवावे. प्रत्येक गादीवाफ्यावर दोन टोपल्या चांगले कुजलेले शेणखत अगर कंपोस्ट खत पसरून टाकावे. त्यात सुमारे ५० ग्रॅम क्लोरेडेन भुकटी टाकून ती मातीत चांगली मिसळावी.

गादीवाफ्यावर बी कसेही फेकण्याऐवजी बी ओळीत पेरावे. त्यामुळे बी कमी लागते. रोपे जोमदार वाढतात आणि ती थोड्या दिवसांत पुनर्लागणीसाठी तयार होतात. गादीवाफ्यावर ८ ते १० सें. मी. अंतरावर रुंदीच्या बाजूशी समांतर अशा ओळी खुरपीने आखाव्यात. मग त्यात बी अगदी पातळ आणि एकसारखे पेरावे. दुपारी चार वाजल्यानंतर बियांची पेरणी करावी. बी फार उथळ अगर फार खोल पेरू नये. बी पेरल्यानंतर त्यावर बारीक वाळू मिसळलेल्या मातीचा पातळ थर देऊन थोडे दाबावे. सर्वसाधारणपणे बियांच्या जाडीच्या दुप्पट खोल बी पेरतात. अगदी बारीक असल्यास, ते बारीक वाळूबरोबर मिसळावे व मग पेरावे. त्यावर पुन्हा माती टाकू नये. गादीवाफ्यावर अगदी पातळ बी टाकावे. कारण अधिक दाट बी टाकल्यास रोपांची विरळणी करावी लागते. रोपे दाट असल्यास त्यावर मर (damping off) रोग येण्याची जास्त शक्यता असते.

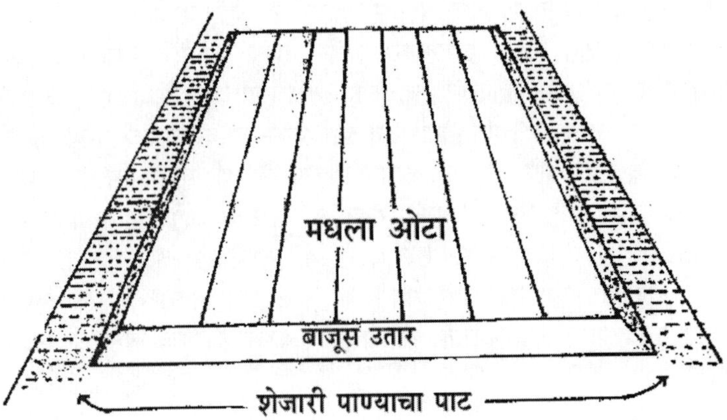

गादीवाफ्यावर बी पेरून झाल्यावर झारीने हळूहळू पाणी द्यावे. उन्हाळ्यात वाफ्यांना सकाळी व संध्याकाळी पाणी द्यावे. झारीने पाणी देताना झारीच्या तोंडाशी बारीक छिद्र असलेली पिंजरी पाहिजे. त्यामुळे वाफ्यांना हळुवारपणे पाणी देता येते. काही लोक बी पेरण्यापूर्वी काही तास अगोदर गादीवाफ्यावर थोडे पाणी झारीने शिंपतात. त्यामुळे बियाची उगवण चांगली होण्यास मदत होते. झारीने पाणी देण्याची अडचण असल्यास, वाफ्यावर बी उगवेपर्यंत वाळलेले गवत टाकून त्यावर हाताने पाणी शिंपडतात. मात्र बियांना अंकुर फुटल्यानंतर हे गवत काढून टाकतात.

वाफ्यावर फार पाणी देऊ नये. त्यामुळे रोपे 'मर' रोगाने मरतात. रोपे वाढीस लागल्यानंतर एक दिवसाआड पाणी द्यावे. बी पेरल्यानंतर ८-१० दिवसांनी दोन ओळींतील तण काढून माती हळुवारपणे खुरप्यांनी हालवावी. रोपांची दाटी झाली असल्यास १ सें. मी. अंतरावर एक रोप ठेवून बाकीची रोपे काढावीत.

रोपे जोमदारपणे वाढण्यासाठी प्रत्येक वाफ्यास ६० ग्रॅम यूरिया द्यावा. तो दोन ओळींत खुरप्याने रेघ ओढून या रेघेत टाकून मातीने झाकून घ्यावा आणि झारीने भरपूर पाणी द्यावे. रोपावर यूरिया पडणार नाही, याची काळजी घ्यावी. दुपारचे कडक ऊन अगर फार पाऊस असल्यास, चारी बाजूंस काड्या रोवून गादीवाफ्यावर सावली करावी.

रोपांना ३ ते ४ पाने आल्यानंतर ती पुनर्लावणीसाठी तयार होतात. ४ ते ५ आठवड्यांत अशी पाने फुटतात. १० ते १५ सें. मी. उंचीची रोपे पुनर्लावणीसाठी योग्य असतात. गादीवाफ्यापासून रोपे काढण्यापूर्वी एक दिवस अगोदर वाफ्यांना पाणी द्यावे. त्यामुळे रोपे सहज उपटता येतात आणि रोपांच्या मुळांना इजा होत नाही. गादीवाफ्यातून रोपे काढल्यानंतर ताबडतोब रोपे लावावीत.

आपली बाग लहान असल्यास आणि रोपांची आपली गरज फार कमी असल्यास, ती सपाट खोक्यांत, बांबूच्या उथळ टोपल्यांत किंवा उथळ कुंड्यांत करता येतात. त्यासाठी त्यांत खतमिश्रित माती भरून त्यावर बियांची पेरणी करावी.

ज्या ठिकाणी रोपे लावायची असतात, त्या ठिकाणी सुरुवातीस बी टाकूनही लागवड करता येते. उदा., चवळी, मका, इ. असे बी पक्षी खाण्याची शक्यता असते. म्हणून या बियांवर सुमारे २.५ सें. मी. जाडीचे गवत टाकतात. त्यावर पाणी टाकतात. बी रुजल्यावर गवत काढून टाकतात. ज्या बाजूला बियाचा अंकुर उगवण्याची जागा असते, ती बाजू वर करून बी टाकल्यास बी लवकर रुजते.

शाकीय पद्धतीने रोपे करणे

या पद्धतीने केलेल्या रोपात मातृवृक्षाचे सर्व गुण येतात. म्हणजेच हापूस आंब्याचे कलम केल्यास हापूस आंब्याचे सर्व गुण नवीन झाडात येतात. या पद्धतीत छाटे (कटिंग), मुळांचे विभाजन, डोळे भरणे, गुटी कलम, इत्यादी येतात.

छाटे (कटिंग) : छाटे खोडाचे, फांद्यांचे, मुळांचे किंवा पानांचे घेतात. छाटा हा झाडाचा शाकीय भाग आहे. सर्वसाधारणपणे खोडाचे किंवा फांदीचे छाटे रोपे करण्यासाठी वापरतात. परंतु 'रेक्स बेगोनिया' सारख्या झाडात त्याच्या पानापासून रोप करतात.

फांदी छाटे : फांदी छाट्यांचे (कटिंग) तीन प्रकार असतात. पक्व छाटे, अर्धपक्व छाटे आणि कोवळे छाटे हे तीन प्रकार आहेत. या पद्धतीत ज्या फांदीवर डोळे असतात, असे छाटे घेतात. उदा., अंजीर, द्राक्षे, बोगनवेल, डुरांडा, मलबेरी, इ. झाडांचा समावेश पक्व फांद्यांच्या छाट्यात होतो. तर ड्रेसिना, रामपर्णी, क्रोटोन, आरेलिगाज या शोभेच्या झाडांच्या फाट्या अर्धपक्व फांद्यांच्या छाट्यांत येतात. डेलिया, कोलियास, पिलिया, जिरॅनियम हे कोवळ्या छाट्यांत मोडतात.

पक्व फांदीचे छाटे घेताना त्यांचे डोळे ज्या वेळी सुप्तावस्थेत असतात, त्यावेळी घ्यावेत. अशा छाट्यांवरील सर्व पाने काढावीत. फुले येऊन गेल्यावर झाडाच्या विश्रांतीच्या काळात असे पक्व छाटे घ्यावेत. फुले संपल्यानंतर ताबडतोब अर्ध परिपक्व छाटे घ्यावेत. त्यांवरील काही पाने ठेवावीत. पावसाळी हवामानात हे छाटे सहज रुजतात. कारण या वेळी हवेत भरपूर आर्द्रता असते.

कोवळ्या छाट्यांना पाने ठेवावीत. मात्र ते कोमेजू देऊ नयेत. त्यासाठी त्यांची काळजी घ्यावी. या छाट्यांना मुळे फार लवकर फुटतात. त्यांचे रुजण्याचे प्रमाणही चांगले असते. कोवळ्या छाट्यांत पाने मोठी असल्यास लावण्यापूर्वी त्यांची काही पाने काढावीत.

छाटे कसे घ्यावेत ? त्याचीही विशिष्ट पद्धत आहे. पाने ज्या ठिकाणी फुटतात, त्याच्या किंचित खालून छाटा घ्यावा. पानांच्या बेचक्यातून छाटे घेताना झाडांची थोडी सालही त्याबरोबर घ्यावी. त्यामुळे त्यास लवकर मुळ्या फुटतात. डेलिया, जिरॅनियम, कार्नेशन, इत्यादींचे छाटे या पद्धतीने घ्यावेत. झाडांचे जे भाग सावलीत किंवा कमी सूर्यप्रकाशात असतात, त्यांत अधिक स्टार्च तयार झाल्याने त्या भागातील छाटे लवकर फुटतात. निरोगी, काटक आणि किडीरोगविरहित झाडापासून छाटे घ्यावेत. सकाळी लवकर किंवा संध्याकाळी छाटे घेतल्यास ते लवकर फुटतात.

प्रत्येक छाट्यावर ३ - ४ डोळे असावेत. खालच्या बाजूचा छाट अगदी डोळ्यांबरोबर घ्यावा. परंतु वरचा छाट डोळ्यापेक्षा अर्धा सें. मीटर वर असावा.

छाटे काढल्यानंतर त्यांना ताबडतोब गार पाण्यात १० - १२ तास (लाकूड कठीण असेल तर) भिजत ठेवावे. थंडीच्या दिवसांत कोमट पाणी वापरावे.

फार नाजूक परंतु ज्यांच्या लाकडात टणकपणा नाही, अशा झाडांची रोपे त्यांचे शेंडे, बोखे खुडून करावीत. शेंड्याजवळचे ३ - ४ डोळे असलेले बोखे काढून ते बारीक रेतीच्या किंवा नदीच्या पोयट्यात रुजवावेत. ८ ते १० दिवसांत त्यांना मुळे फुटतात.

दोन पाने किंवा दोन डोळे यांतील अंतर कमी असलेले छाटे अधिक चांगले असतात. कोणत्या प्रकारचे झाड आहे, त्यावर छाट्यांचा आकार अवलंबून असतो. सर्वसाधारणपणे चांगले निरोगी, ३ ते ५ डोळे असलेले आणि सुमारे २० ते ३० सें. मी. लांबीचे छाटे चांगले असतात. कमी लांबीचे छाटे हवे असतील, तर शेंड्याकडून छाटावेत.

झाडापासून छाटे घेतल्यानंतर ते शक्यतो लवकर लावावेत. काही झाडांचे छाटे घेतल्यावर त्यांपासून पांढरा चीक गळतो. त्यावर लाकडाची राख किंवा माती ताबडतोब लावावी. ज्या जमिनीत किंवा पॉलिथिन पिशवीत हे छाटे तात्पुरते रोपासाठी लावायचे असतात, त्या मातीत फार खते घालू नयेत. वाळलेले गवत, पाने यांचा निम्मा भाग आणि वाळूचा निम्मा भाग अशा मिश्रणात हे छाटे लावल्यास ते लवकर फुटतात.

त्यांना पाणी व्यवस्थित व नियमित दिले पाहिजे. कायमच्या ठिकाणी छाटे लावयाचे असल्यास, झाडास योग्य अशी जमीन असावी.

कटिंग जमिनीत लावताना ती उभी लावू नयेत. तर साधारण तिरकी लावावीत. तसेच कटिंगचा १/३ भाग जमिनीत रोवावा. त्यामुळे लवकर मुळ्या फुटतात. ज्या ठिकाणी कटिंग मातीत रोवायचे, त्या ठिकाणी चिमूटभर वाळू टाकल्यास कटिंग सडत नाही. जमिनीखालच्या भागात अजिबात पाने ठेवू नयेत. वरील भागातीलही काही पाने काढावीत. तसेच कटींग फार उन्हात लावू नये. त्या भागावर थोडीशी सावली द्यावी. तसेच त्यांचे वाऱ्यापासूनही संरक्षण झाल्यास अधिक चांगले. ज्या ठिकाणी कटिंग लावली आहेत, त्या ठिकाणची माती सुकणार नाही, इतपत पाणी द्यावे. मात्र फार पाणी दिल्यास कटिंग कुजण्याची भीती असते.

कटिंग कुंडीत लावल्यास, ती कुंडीच्या कडेला लावावीत. तसेच जेवढी जास्त कटिंग लावता येतील, तेवढी लावावीत. कारण अशा गर्दीमुळे त्यांना लवकर मुळ्या फुटतात. जमिनीत कटिंग लावतानाही अशीच जवळजवळ लावावीत. काही कटिंगना लवकर मुळ्या फुटत नाहीत. अशा वेळी त्यांना लावणीपूर्वी संजीवक लावावे. मे आणि बेकर कंपनीचे सेरडोक्स हे संजीवक उपयुक्त आहे.

कटिंगला पालवी फुटल्याबरोबर लगेच ती दुसऱ्या ठिकाणी लावू नयेत. तर

त्यांची मुळे चांगली फुटल्यानंतरच त्यांची पुनर्लावण करावी.

मुळ्यांचे विभक्तीकरण : काही झाडांच्या मुळ्यांचे विभक्तीकरण करूनही रोपे करता येतात. या पद्धतीने रोपे लवकर तयार होतात. ज्या झाडात दोन किंवा अधिक फांद्यांना मुळे फुटलेली स्पष्टपणे दिसतात, त्यांचे दोन भाग करणे सहज शक्य असते. काहींच्या बाबतीत चाकूने मुळ्यांचे दोन भाग करतात. मारांटा, बेलीस, जरबेरा, इत्यादी झाडांची रोपे या पद्धतीने करतात.

दाब कलम : या पद्धतीने काही झाडांची रोपे तयार करतात. या पद्धतीत खोडालगतच्या व जमिनीवर टेकविता येतील, अशा फांद्या निवडतात. या फांद्या फार जून किंवा कोवळ्या नसाव्यात. मात्र त्या जोमाने वाढणाऱ्या असाव्यात. फांदी जमिनीवर ठेवलेल्या मातीच्या कुंडीत वाकवून घ्यावी. जो भाग जमिनीवर टेकलेला असतो, तेथील १५ सें. मी. लांबीवरील पाने काढावीत. फांदीचा हा भाग साधारणपणे जून असावा. पाने काढताना डोळ्यास इजा होऊ देऊ नये. जमिनीवर टेकलेल्या डोळ्यांपैकी एक चांगला डोळा निवडावा. त्या डोळ्याच्या खोडाकडे अर्धा सें. मी. अंतरापासून फांदीच्या शेंड्याकडे खोल काप घ्यावा. या कापाची लांबी फांदीच्या मध्यभागातून २ ते ३ सें. मी. असावी. कापाचे दोन्ही भाग एकत्र जोडले जाऊ नयेत, म्हणून मध्ये लहान काडी घालावी.

दाब कलम

नंतर हा कलम केलेला भाग मातीत व्यवस्थित दाबावा. त्यास पाणी द्यावे. कलम केलेली फांदी वर उचलली जाऊ नये, म्हणून तीवर लहानसा दगड ठेवावा. त्यानंतर नियमित पाणी द्यावे. कलमास एक महिन्यानंतर मुळ्या फुटतात. मुळांची वाढ होण्यास दोनतीन महिने लागतात. मग हे कलम झाडापासून हळूहळू वेगळे करून कुंडीत सावलीत लावावे.

गुटी कलम : दाब कलम पद्धतीने जमिनीत कलम करता येते. तर गुटी कलम पद्धतीत हवेत कलम करतात. त्यासाठी जोमाने वाढणाऱ्या पेन्सिलीइतक्या जाडीच्या फांद्या घ्याव्यात. मात्र त्या फार जून अगर कोवळ्या नसाव्यात. योग्य फांदी निवडल्यानंतर पक्व भागातील १५ ते २० सें. मी. लांबीवरील भागातील पाने काढावीत. तेथे २.५ ते ३ सें. मी. लांबीची गोलाकार साल काढावी. त्यावर ओले शेवाळे गुंडाळून तीवर पॉलिथिन पिशवी बांधावी.

या पद्धतीत शेवाळ पाणी धरून ठेवत असल्याने वरचेवर पाणी देण्याची जरुरी नाही. तसेच कलमाला मुळ्या फुटल्या आहेत किंवा नाहीत, हे पॉलिथिन पिशवीतून पाहता येते. या पद्धतीत मुळ्या उशिरा व कमी फुटतात. परंतु फांद्यांचा वापर करता येत असल्याने अनेक कलमे करता येतात. पावसाळ्यात या पद्धतीने कलमे करणे योग्य असते.

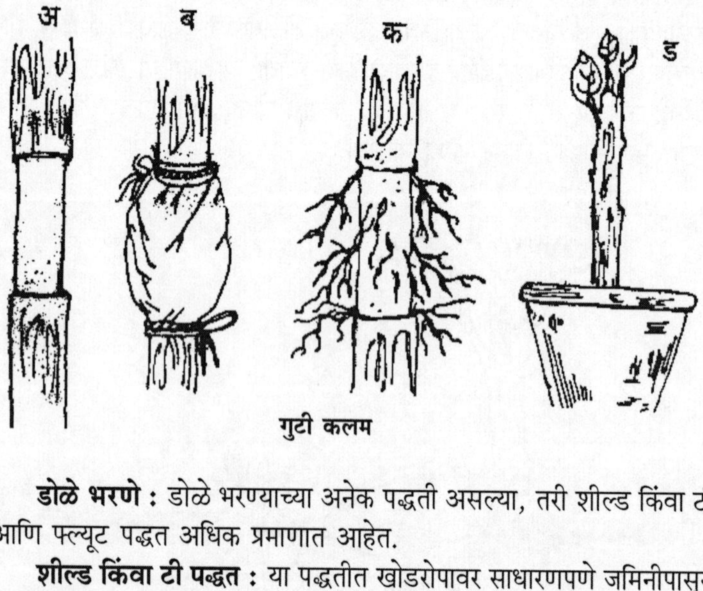

गुटी कलम

डोळे भरणे : डोळे भरण्याच्या अनेक पद्धती असल्या, तरी शील्ड किंवा टी आणि फ्ल्यूट पद्धत अधिक प्रमाणात आहेत.

शील्ड किंवा टी पद्धत : या पद्धतीत खोडरोपावर साधारणपणे जमिनीपासून २५ ते ३० सें. मी. उंचीवर एक आडवी चीर आतील कठीण भागापर्यंत पोहोचेल, एवढी खोल करावी. त्या आडव्या चिरेपासून खालच्या भागात सुमारे २ ते ३ सें. मी. लांबीची एक उभी चीर घ्यावी. त्यामुळे इंग्रजी टी (T) आकाराची चीर तयार होते. ती फाकवून तीत चांगल्या प्रतीचा डोळा बसवावा. डोळा उघडा ठेवून बाजूचा भाग प्लॅस्टिकच्या टेपने घट्ट बांधावा. अंदाजे दोन - तीन आठवड्यांत डोळा फुटतो. त्या वेळी खोडरोपाच्या डोळ्याच्या वरचा भाग छाटावा. डोळ्याखालच्या भागातील

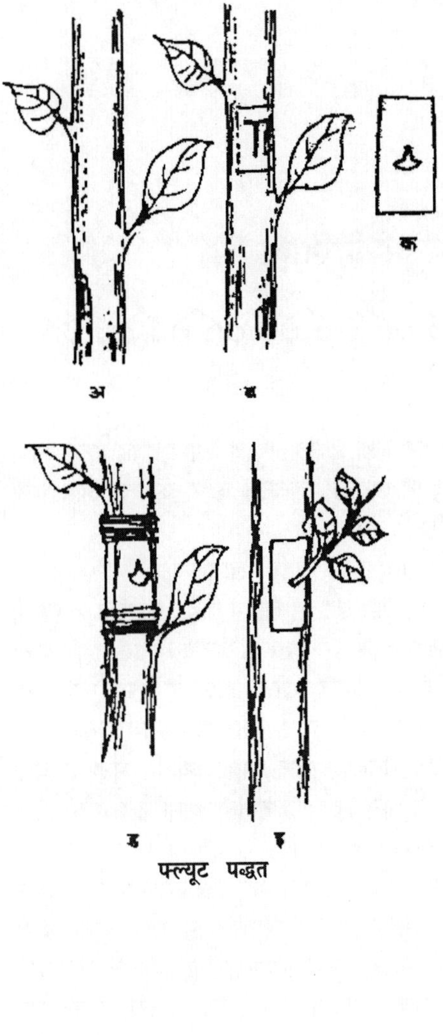

फ्ल्यूट पद्धत

नवीन फूट खुडून टाकावी.

फ्ल्यूट पद्धत : या पद्धतीत खोड रोपावरील दोन डोळ्यांमधील ३/४ साल चाकूने काढतात. फक्त १/४ साल खोडरोपावर ठेवावी. मग या काढलेल्या सालीच्या आकाराची साल डोळे फांदीवरून काढावी. खोडरोपावरील काढलेल्या सालीच्या जागी नवीन डोळा भरावा. मग प्लॅस्टीकच्या टेपने चांगला बांधावा. डोळा फुटल्यानंतर त्याखालची फूट काढावी. खोडरोपाचा डोळ्याच्या वरचा भागही छाटावा.

चांगल्या प्रतीच्या झाडा-पासून निरोगी डोळा घ्यावा.

◆

रोपे अशी लावा

निरनिराळ्या पद्धतींनी रोपे तयार केली. त्याअगोदरच जमीन तयार केली आहे. आता ही रोपे बागेतील जमिनीत लावण्याचे महत्त्वाचे काम करायचे आहे. रोपे लावताना पुढील महत्त्वाच्या गोष्टींकडे लक्ष द्यावे.

सूर्याचे ऊन कमी झाल्यानंतर सायंकाळी रोपांची लावण करावी.

नवीन लावलेल्या रोपाला सूर्याचे ऊन एकदम लागून वाईट परिणाम होण्याची शक्यता असते. म्हणून रोप चांगले जगेपर्यंत, त्यावर फार ऊन येणार नाही, याची काळजी घ्यावी. ज्या वेळेस जमिनीत फार ओल असेल, अशी वेळी रोप लावू नये. रोपवाटिकेतून रोप काढण्यापूर्वी रोपट्यास पाणी द्यावे. तसेच मुळासह रोप व्यवस्थित काढावे. त्याच्या मुळाभोवती शक्य तेवढी अधिक माती घ्यावी. मुळांची वाढ होईल, त्याप्रमाणे मुळे पसरावीत. एकाच ठिकाणी गर्दीने त्यांना ठेवू नये.

रोपे जगल्यानंतर आवश्यकतेनुसार त्यास काठीचा आधार द्यावा. मात्र रोपे लावल्यानंतर त्यास ताबडतोब काठीचा आधार देऊ नये. डाव्या हातात रोप धरून उजव्या हाताने त्याची मुळे पसरावीत. मग जमीनीत लहान भोक पाडून मुळे पसरलेल्या अवस्थेतच ते जमिनीत लावावे. मुळे जमिनीत चांगली राहिली पाहिजेत. त्याचबरोबर ती एकमेकांत गुंतणार नाहीत, याची काळजी घ्यावी. झाड लावतानाच ते मधून मधून सर्व बाजूंनी दाबावे. त्यामुळे मुळाशेजारी मोकळी जागा राहून, तीत हवा राहणार नाही. कित्येकदा सर्व माती लावून झाल्यानंतर रोपाभोवती दाबतात. पण त्याऐवजी सुरुवातीपासून माती दाबणे योग्य ठरते. रोपाभोवती सर्व माती टाकल्यानंतरही सगळीकडून माती चांगली दाबावी. मोठ्या झाडाभोवतालची माती शेवटी पायाने दाबली, तरी चालते.

रोपे जमिनीत फार खोल लावू नयेत. पूर्वी ते रोप जमिनीच्या आत जेवढे होते, तेवढेच आत लावावे. किंवा पूर्वी रोपे अगर कलम झाडे जितकी खोल होती,

त्यापेक्षा ३-४ बोटे जास्त खोल लावावीत. नंतर चोहोबाजूंनी माती सारखी घट्ट दाबून, रोप थोडे वर ओढीत जावे. त्याचा उद्देश हाच, की वाकडी झालेली मुळे सरळ व्हावीत व त्यांची जितकी खोली पूर्वी होती, त्या खोलीबरोबर ती यावीत. लावण केल्याबरोबर जी रोपे मरतात, त्यांमध्ये दुमटलेल्या मुळ्यांच्या रोपट्यांचे प्रमाण अधिक आढळते. म्हणून ही काळजी घ्यावी. रोप फार खोल लावल्यास त्यावर अनिष्ट परिणाम होतात. रोप लावल्यानंतर त्यास हळूवारपणे थोडे पाणी द्यावे. रोप लावल्यानंतर ते जगेपर्यंत त्यास फार ऊन लागू नये, म्हणून सावली करावी.

बागेतील निरनिराळ्या रोपट्यांना ती वाकू नयेत किंवा खाली पडू नयेत, म्हणून काठीचा आधार द्यावा. आधार देण्याच्याही काही पद्धती आहेत. काही रोपांना पुनर्लावणीपूर्वीच आधार द्यावा लागतो. आधार दिलेल्या झाडाच्या उंचीवर व त्याच्या एकूण वजनावर त्याला आधार द्यावयाच्या काठीची उंची व आकार अवलंबून असतो.

प्रत्येक वेगळ्या प्रकारच्या झाडाला त्याच्या नावाचे लेबल लावणे योग्य असते. ही लेबले पत्र्याची, ॲल्युमिनिअमची किंवा प्लॅस्टिकची करतात. ॲल्युमिनिअमच्या पातळ पत्र्याची लेबले अधिक सोयिस्कर असतात. लेबल कशाचेही असो, पण ते असल्यानंतर बागेची शोभा व उपयुक्तता वाढते, हे निश्चित.

♦

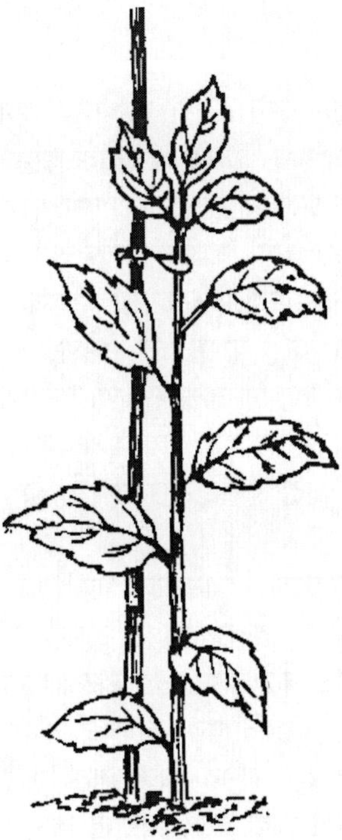

रोपांना असा काठीचा आधार द्यावा

झाडांना पाणी हवे

‘आमच्या झाडाची पानंच गळतात. काय करायचं ?’ हा नेहमीचा प्रश्न असतो. बागेत असे प्रश्न निर्माण होतात. झाडाची पाने गळण्याची अनेक कारणे असली, तरी पहिले व महत्त्वाचे कारण म्हणजे, आपल्या झाडास आपण पुरेसे पाणी दिले आहे किंवा नाही हे पाहणे. त्यानंतर निचरा, रोग, किडींचा विचार करावा.

झाडे आपले अन्न मुळांवाटे घेतात. पण त्यासाठी मुळे ओली पाहिजेत. त्याशिवाय त्यांना अन्न घेता येत नाही. झाडाला पाणी पुरेसे दिले नसेल, तर झाडातील ओलावा कमी होऊन झाड वाळू लागते. झाडांना वेळेवर पाणी पाहिजे. परंतु फार पाणी दिल्यास तेही तोट्याचे असते. अधिक पाण्यामुळे झाडास आवश्यक असणारी सूक्ष्म अन्नद्रव्ये वाहून जातात. तसेच जादा पाणी साठल्यामुळे झाड कुजते, त्यावर रोगांचा प्रादुर्भाव होतो.

उन्हाळ्यात पाणी अधिक लागते. त्याखालोखाल हिवाळ्यात पाणी द्यावे लागते. तर पावसाळ्यात पाण्याची फार कमी जरुरी असते. उथळ मुळे असलेल्या वर्षायू झाडास वरचेवर पाणी द्यावे लागते. तर खोल मुळे असलेल्या फळझाडांना वरचेवर पाणी देण्याची जरुरी नसते. ज्या वेळी झाड विश्रांती घेते, त्या वेळी त्यास कमी पाणी लागते. परंतु ज्या वेळी झाडाची वाढ खूप असते किंवा त्यास फुले किंवा फळे येतात, तेव्हा त्यास अधिक पाणी द्यावे. ज्या वेळी झाडांना कळ्या लागतात आणि झाड बहारात असते, त्या वेळी वरचेवर पाणी द्यावे. झाडास पाणी देताना ते पुरेसे द्यावे. वरचेवर अपुरे पाणी दिल्यास झाडाची मुळे पाण्यासाठी पृष्ठभागाकडे येतात. त्यामुळे झाड सुकू लागते. म्हणून पुरेसे पाणी द्यावे. झाडांना पाणी देताना ते झाडाच्या बुंध्याजवळ देऊ नये. कारण बुंधा पाणी पिऊ शकत नाही, तर झाडांची बारीक मुळे पाणी पितात. ही मुळे बुंध्यापासून थोड्या अंतरावर असतात. म्हणून बुंध्यापासून थोड्या अंतरावर पाणी द्यावे.

कुंड्यांतील झाडांना किती पाणी द्यावे, हा प्रश्न नेहमी विचारला जातो. कुंड्यांतील झाडांचा आकार, वय इत्यादींचा विचार करून पाणी द्यावे. मात्र कुंडीच्या खालील छिद्रातून थोडे पाणी बाहेर आल्यास त्या कुंडीस पुरेसे पाणी मिळाले, असे समजावे. ज्याप्रमाणे पावसाचे पाणी झाडांना मिळते, त्याप्रमाणे झाडांना पाणी दिले पाहिजे. म्हणून पाईपमधून फार जोराने पाणी देऊ नये. पाईपच्या तोंडाला झारीला असते, अशी पिंजरी बसविणे योग्य असते. झाडाच्या बुंध्याच्या शेजारी पाण्याच्या वेगाने भोके पडणार नाहीत, याची काळजी घ्यावी. थंडीच्या दिवसांत फार गार पाणी झाडांना देऊ नये.

पाणी केव्हा द्यावे ? सकाळी लवकर किंवा सायंकाळी झाडाभोवती माती थंड असते, त्या वेळी पाणी देणे योग्य असते. अगदी उन्हांत कुंड्यांना पाणी द्यावयाचे असल्यास त्या कुंड्या प्रथम थोडा वेळ सावलीत ठेवाव्यात. मग त्यांना पाणी द्यावे. थंडीच्या दिवसांत झाडांना संध्याकाळी पाणी देऊ नये. सकाळी ऊन पडल्यावर धुके अगर थंडी कमी झाल्यावर पाणी द्यावे.

उन्हाच्या वेळी पाणी देताना ते पानाफुलांवर पडणार नाही, हे पहावे. कारण असे पाणी पडल्यास पानाफुलांना उन्हाचा चटका बसतो. त्यामुळे त्यावर चट्टा पडतो.

पाणी कसे द्यावे, असाही प्रश्न मनात येतो. पाणी देण्याच्या अनेक पद्धती आहेत.

१. पाटाने पाणी देणे : पाटाने पाणी देणे कमी श्रमाचे असले, तरी त्यात अधिक पाणी वाया जाते.

२. रबरी नळीने (पाईप) पाणी देणे : आपल्या बागेत नळीने पाणी देणे केव्हाही चांगले असते. या पद्धतीत आपणांस हवे तेवढे पाणी प्रत्येक झाडास देता येते. पाणी वाया जात नाही. नुकत्याच लावलेल्या झाडांना अगर रोपांना मात्र नळीने जोरात पाणी देऊ नये. ज्या ठिकाणी नळी रोपाशेजारी सोडलेली असते, तेथे लहान दगड किंवा फरशीचा तुकडा ठेवून त्यावर नळी सोडावी. तसे केले नाही, तर नळीतील पाण्याच्या दाबाने आळ्यात भोक पाडून मुळे वर येतात. नळीच्या तोंडाला लहान छिद्राची पिंजरी बसविल्यास हा प्रश्न निर्माण होत नाही. नुकत्याच लावलेल्या रोपांना झारीने पाणी देणे चांगले असते.

३. मडका पद्धत : या पद्धतीत खोडाजवळ मातीत तळाशी लहान छिद्र असलेले मडके पुरतात. मडके पाण्याने भरले, की पाणी हळूहळू झाडांच्या मुळांना मिळते. मध्यम वाढीच्या व बहुवार्षिक झाडांना या पद्धतीने पाणी द्यावे.

४. ड्रिप किंवा ठिबक पद्धत : या पद्धतीत जमिनीवरून किंवा खालून प्लॅस्टिकचे पाईप पसरतात. झाडाच्या प्रत्येक खोडाजवळ पाईपला छिद्र असते किंवा पाणी ठिबकणारे ड्रिपर बसवितात. पाईपमधून पाणी सोडले, की ते ड्रिपरमधून हळूहळू झाडाच्या मुळांना मिळते. ही पद्धत खर्चाची असली, तरी झाडांच्या

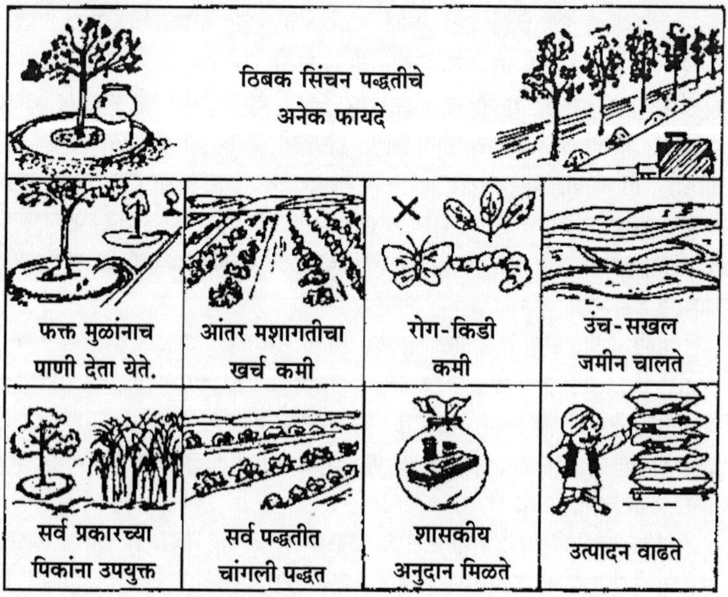

वाढीच्या दृष्टीने फायद्याची आहे.

५. तुषार किंवा स्प्रिंकलर पद्धत : पावसाच्या पाण्याप्रमाणे या पद्धतीने झाडांना पाणी मिळते. या पद्धतीत पाईपने पाणी आणून ते स्प्रिंकलरने उडविले जाते. ते पाणी झाडावर, जमिनीवर फवारले जाते. त्यामुळे झाडांना जमिनीतून, पानांतून पाणी मिळते. हिरवळ, कमी उंचीची फुलझाडे, पानझाडे यांना पाणी देण्यासाठी ही पद्धत चांगली आहे. स्प्रिंकलरचे युनिट ठिकठिकाणी फिरविता येते.

झाडे अनेकदा धुळीने भरतात. त्यामुळे पाणी देताना त्यांच्यावर फवारा पद्धतीने पाणी मारून त्यांना धुवावे. त्यामुळे झाडे चांगली दिसतात. तसेच त्यांच्यांतील फोटोसिंथेसिस् क्रिया सुधारते.

आच्छादन

उन्हाळ्यात बागेतील झाडांना पाण्याची फार आवश्यकता असते. त्यांना पाणी दिल्यानंतर उन्हामुळे ती लवकर सुकतात. अशा वेळी त्या झाडांच्या बुंध्याशेजारी गवताचे काड, झाडांची पाने, इत्यादी पसरतात. त्यामुळे झाडाला दिलेले पाणी बाष्पीभवनाने उडून जात नाही. मग पुन्हा लवकर पाणी द्यावे लागत नाही. ह्यास झाडांना आच्छादन करणे असे म्हणतात. अशा आच्छादनाने झाडांच्या बुंध्याशेजारी तणांचे प्रमाण कमी होते. पावसास सुरुवात झाल्यानंतर हे आच्छादन काढावे.

◆

झाडांची छाटणी व इतर कामे

आपणांस हव्या त्या प्रकारे झाडांची वाढ हवी असल्यास त्याची छाटणी करतात. झाडांची वाढ चांगली होण्यासाठीही अनेकदा छाटणी करतात. कारण छाटलेला भाग झपाट्याने वाढतो. झाडांना चांगली फुले, फळे लागावीत, म्हणूनही छाटणी करतात. तसेच काही झाडांना, झुडपांना, कुंपणांना चांगले आकार देण्यासाठी छाटणी करतात.

झाडाची छाटणी फार काळजीपूर्वक करावी लागते. व्यवस्थित छाटणी झाली नाही, तर झाडाचे नुकसान होते. म्हणून झाडाची वाढ कशी होते, हे पाहून छाटणीचे काम करावे. छाटणीसाठी धारदार चाकू, कात्री वापरून छाटणी करताना झाडाची साल निघणार नाही, याकडे लक्ष द्यावे. झाडाच्या छाटलेल्या भागावर पांढरा लीड पेंट किंवा लाकडाची राख लावावी. त्यामुळे त्यावर बुरशी होणार नाही.

ज्या वेळी झाडाची एक वाढ झाली असून, पुन्हा दुसऱ्या वाढीस सुरुवात व्हायची आहे, अशा वेळी छाटणी करावी. साधारण तिरकस फांदी कापावी. तसेच डोळ्याच्या वरच्या बाजूला ही फांदी कापावी. एखाद्या जाणकाराकडून छाटणीची माहिती घेऊन मगच छाटणी करणे चांगले असते.

बागेतील इतर काळजी

आपल्या बागेत सतत कामे असतात. दररोज बागेतून एकदा तरी फिरावे. त्या वेळी आपण कोणती कामे केली पाहिजेत, हे आपल्या लक्षात येईल. आपण झाडाशी बोलल्यास झाडेही आपणांशी बोलतात.

बागेत झाडे लावली. त्यांना पाणी कसे द्यावे, खते कोणती द्यावीत, याची माहिती घेतली. झाडांना आधार देणे, नावांची लेबले, इत्यादी गोष्टींकडे लक्ष दिले पाहिजे. त्याशिवाय पीकसंरक्षण पाहिले पाहिजे. त्यांच्यावर येणाऱ्या रोग-किडींची

माहिती करून घेतली पाहिजे.

आंतरमशागत

आपल्या बागेची आंतरमशागत वरचेवर केली पाहिजे. ती फार अवघड नसते. त्यासाठी झाडाच्या बुंध्याशेजारची जमीन खुरप्याने हलवावी. ज्या अंतरापर्यंत झाडांच्या फांद्या गेलेल्या असतात, त्या अंतरापर्यंत झाडांच्या मुळांचा विस्तार असतो. म्हणून फांद्यांच्या विस्तारापर्यंतची जमीन हलवावी. सर्वसाधारणपणे १० ते १५ सें.मी. खोल जमीन हलवावी.

अशा प्रकारे जमीन हलवल्यामुळे जमिनीची सच्छिद्रता वाढते. त्यामुळे झाडाच्या मुळांना पाणी व हवा चांगली मिळते. जमिनीची पाणी धरून ठेवण्याची क्षमता वाढते. तण उगवले असल्यास ते काढता येते. त्यामुळे झाडांची वाढ चांगली होते. काही झाडांची मुळे उथळ असतात. म्हणून या मुळांना अपाय होणार नाही, अशा प्रकारे ही मशागत करावी. उन्हाळ्यात झाडांना सकाळी पाणी द्यावे. संध्याकाळी त्यांच्या भोवतालची माती हलवावी. मग दुसऱ्या दिवशी सकाळी पाणी द्यावे. त्यामुळे झाडाच्या मुळांना चांगली हवा मिळून ती जमिनीतून पाणी शोषून घेऊ शकतील. त्यामुळे त्यांची चांगली वाढ होते.

अशा प्रकारे माती हलवीत असताना बागेतील तणही काढले पाहिजे. तणे अनेक प्रकारची असतात. 'तण खाई धन' असे म्हणतात. कारण झाडांना घातलेली खते तणे खातात. म्हणून त्यांचा वेळीच बंदोबस्त केला पाहिजे. लव्हाळा, हरळी यांसारख्या तणांची मुळे फार खोलवर गेलेली असतात. त्यामुळे ती फक्त वरच्या बाजूने काढून उपयोगी नाही. तर ही तणे ज्या ठिकाणी असतील, ती जमीन खोलवर उकरून त्यांच्या मुळ्या, गड्डे काढून ती जाळून टाकली पाहिजेत.

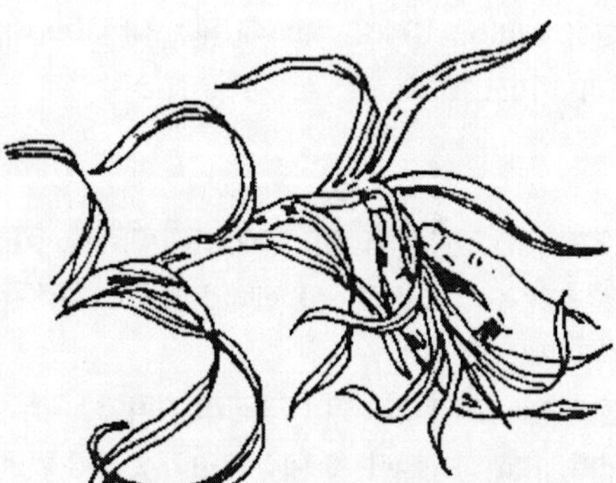
स्टॉपिंग असे करतात

काही तणे शेजारच्या झाडाचे अन्न खाऊन आपली वाढ करतात. उदा., अमरवेल. तर झाडावरील बांडगुळासारखी तणे काही प्रमाणात झाडाचे अन्न खातात. या दोन्ही प्रकारच्या तणांमुळे झाडाची वाढ चांगली होत नाही. म्हणून

ही तणे ताबडतोब काढून जाळून टाकावीत.

वाढ थांबविणे (स्टॉपिंग)

झाडाच्या खोडाच्या मुख्य भागास सर्वांत अगोदर फुले येतात. म्हणून या खोडाचा १-२ सें.मी. भाग दाबून त्याची वाढ खुंटवितात. त्यामुळे या भागास लवकर फुले न येता बाजूच्या फांद्यांना फुले येतात. यामुळे त्या झाडास अधिक काळ अधिक फुले लागतात. झुडूप प्रकारच्या झाडात अशी क्रिया करतात. उदा., ख्रिसँथेमम, टोमॅटो, भोपळा, इ. ही क्रिया संपूर्ण हंगामात २ ते ३ वेळा करतात. सकाळची वेळ स्टॉपिंगसाठी चांगली असते.

कळ्या काढणे (डिसबडिंग)

कळ्या काढण्यापूर्वी

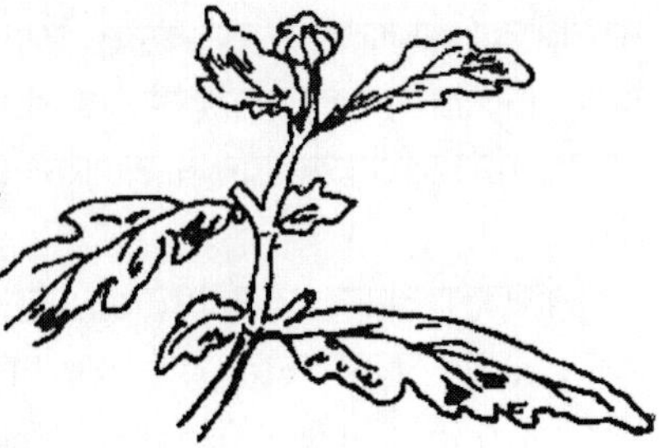
कळ्या काढल्यानंतर

झाडांना पुष्कळ कळ्या येतात. परंतु त्या सर्वच कळ्या ठेवल्या, तर फुलांचा आकार लहान होतो. म्हणून खोडावरील एकदोन कळ्या सोडून इतर कळ्या काढून टाकतात. त्यामुळे या उरलेल्या कळ्यांपासून चांगली मोठ्या आकाराची फुले मिळतात. प्रदर्शनात फुले ठेवायची असल्यास, अशा प्रकारे कळ्या काढतात.

फूट काढणे

आपण नवीन रोपासाठी कलमे करतो, डोळे भरतो. परंतु ज्या ठिकाणी कलम बांधले आहे किंवा डोळा भरला आहे, त्याच्याखाली येणारी फूट वरचेवर काढावी. त्यामुळे डोळ्याच्या वरील भागातील फूट अधिक चांगली वाढते.

◆

बागेसाठी कुंपण हवे

बाग करण्याचे ठरविल्यानंतर पहिला विचार कोणता करावा लागत असेल, तर बागेच्या कुंपणाचा. कारण बागेला कुंपण असल्याशिवाय चांगली बाग करणे किंवा ती व्यवस्थित राहणे फार अवघड आहे. म्हणून बागेच्या बाहेरून कुंपण केले पाहिजे. संरक्षणाशिवाय बागेचे वाऱ्यापासून संरक्षण करण्याचे कामही या कुंपणामुळे होते.

कुंपणाचे अनेक प्रकार असतात. दगड-विटांची भिंत किंवा तारेचे कुंपण करून निर्जीव कुंपण करता येते. पण निरनिराळ्या हिरव्यागार पानांच्या किंवा फुलांच्या वनस्पतींची लागवड करून सजीव कुंपण करता येते.

बागेभोवती भिंत बांधली असेल किंवा तारेचे कुंपण केले असेल, तरीही त्याच्याशेजारी निरनिराळ्या वनस्पती लावून या कुंपणात सजीवपणा आणता येतो.

कुंपणासाठी वनस्पतींची निवड करताना काही महत्त्वाच्या बाबींकडे लक्ष द्यावे. कुंपण दाट असावे आणि त्याला खालपासून वरपर्यंत भरपूर पाने असावीत. ही वनस्पती अनेक वर्षे जगणारी आणि काटक असावी. तिची वाढ जलद असावी. तिची निगा राखणे सोपे असावे.

कुंपण करण्यासाठी पुढील वनस्पतींचा विचार करावा.

१) मेंदी : याची वाढ बियांपासून आणि फांद्यांपासून जलद होते. पाने चांगली असतात.

२) कोयनेल : याच्या फांद्यांपासून लागवड करता येते. याची चव कडवट असल्याने जनावरे खात नाहीत. वाढ झपाट्याने होते.

३) विलायती चिंच : हिची लागवड बियांपासून करता येते. ही जलद वाढणारी काटेरी वनस्पती आहे.

४) डिडोनिया : याचे कुंपण दाट होते. वाढही झपाट्याने होते. बी लावून

लागवड करता येते.

५) डुरांटा : ही वनस्पतीही सदाहरित असते. हिची वाढ जलद होते. बियांपासून लागवड करावी.

६) बोगनवेल : बोगनवेल अनेक रंगांच्या फुलांची असल्याने तिचे कुंपण फार छान दिसते. हिला काही प्रमाणात काटे असल्याने संरक्षणही होते. फांदीपासून लागवड करता येते. त्याची वाढही झपाट्याने होते.

७) करवंद : ही काटेरी आणि काटक वनस्पती कुंपणासाठी चांगली आहे. तिची लहान हिरवीगार पाने सुंदर दिसतात. त्यांवरील रंगीत फळांमुळे अधिक शोभा येते. बी किंवा फांद्यांपासून लागवड होते.

८) गुलाब : वेली गुलाब लावून छान कुंपण करता येते. झुडूप गुलाबांचाही वापर करता येईल. फांद्यांपासून लागवड करता येते.

९) जास्वंद : निरनिराळ्या रंगांच्या फुलांच्या जास्वंदी लावून बागेची शोभा वाढविता येते. फांद्या लावून लागवड करता येते. त्याची वाढही झपाट्याने होते.

१०) आईस्क्रीम क्रीपर : तारेच्या कुंपणावर चढविल्यास ही चांगली वनस्पती आहे. पांढऱ्या व गुलाबी फुलांचे असे याचे दोन प्रकार आहेत. बियांपासून व मूळ फुटव्यापासून लागवड होते.

११) शिकेकाई : ही फार वाढते आणि जलद पसरते. त्यांस येणारी फुले व शेंगा यांमुळे अधिक शोभा येते. बियांपासून लागवड करावी.

१२) चिलार : बागेत कुंपणातून कोणीही अजिबात येऊ नये, असे वाटत असेल, तर चिलार लावावे. याला फार काटे असतात. त्याची लागवड बियांपासून होते आणि ते आडवे वाढते.

१३) टणटणी (लँटेना) : बी व फाटे कलमापासून लावता येते. यास अनेक रंगांची फुले असतात. याची वाढ झपाट्याने होते. परंतु टिकाऊपणा कमी असतो. तारांच्या कुंपणात लावण्यास योग्य आहे.

कुंपणासाठी अशा अनेक वनस्पती उपलब्ध आहेत. आपणांस आवडतील, त्यानुसार त्यांची निवड करावी. कुंपण लागवडीसाठी अर्धा मीटर रुंद आणि तेवढाच खोल चर काढावा. त्या चरात कंपोस्ट खत, सुपर फॉस्फेट खत आणि क्लोरेडेन भुकटी टाकून त्यात कुंपणाची लागवड करावी. त्याची वरचेवर छाटणी करून योग्य आकार द्यावा. वरचेवर पाणी द्यावे. दरवर्षी थोडे तरी खत द्यावे. त्यामुळे वाढ चांगली होते.

♦

भाजीपाला

आपल्या बागेतील फक्त फुलझाडांवर कोणाचे समाधान होईल? फुलझाडे, शोभेची झाडे यांच्याबरोबरच भाजीपाला, फळे मिळवावीत, असे सर्वांना वाटणे साहजिक आहे ! टेरेस गार्डनमध्ये तर भाजीपाला पिकविण्याकडे लोकांचे अधिक लक्ष असणे साहजिक आहे. कारण आपल्या बागेत आपण तयार केलेला भाजीपाला खाण्यात एक वेगळे समाधान असते. ते समाधान आपणांस मिळाले पाहिजे. पण त्यासाठी बागेची आखणी, मांडणी केली पाहिजे. चांगले नियोजन करणे जरूर आहे.

आखणी महत्त्वाची

आपल्या बागेसाठी एकूण किती जागा उपलब्ध आहे, याचा विचार प्रथम केला पाहिजे. त्यासाठी बागेच्या जागेची प्रत्यक्ष मोजणी करावी. त्या जागेपैकी किती जागेवर भाजीपाला करायचा, किती जागेवर फळझाडे लावायची आणि फुलझाडे, शोभेची झाडे यांना किती जागा द्यायची, हे ठरविता येते. तसेच, झाडांच्या सावलीत भाजीपाला किंवा इतर सर्व फुलझाडे चांगली वाढतातच, असे नाही. म्हणून इतर झाडांची सावली भाजीपाल्यावर शक्यतो येणार नाही, अशी जागा निवडण्याची काळजी घ्यावी. त्यादृष्टीने कोणत्या भागात काय घ्यायचे, याचे नियोजन करणे आवश्यक असते.

किती जमीन

आपले आरोग्य चांगले राहण्यासाठी प्रत्येक व्यक्तीस दररोज २८० ग्रॅम भाजीची आवश्यकता असते. अशा प्रकारे पाच व्यक्तींच्या कुटुंबासाठी एका वर्षाला ५११ किलो भाजीपाला लागेल. एवढी भाजी तयार करण्यासाठी सर्वसाधारणपणे

२०५ चौ. मीटर जमिनीची आवश्यकता असते. त्यासाठी आपल्या बागेत काही जमीन मोकळी ठेवावी. पाच लोकांच्या कुटुंबासाठी २५० चौ. मीटर जमीन असेल, तर पुरेसा भाजीपाला पिकविणे शक्य होते.

कोणत्या भाज्या

आपल्या बागेत कोणत्या भाज्या घ्याव्यात, असा प्रश्न अनेकांच्या समोर असतो. पण त्याचे सोपे उत्तर आहे. आपल्या कुटुंबातील लोकांना ज्या भाज्या अधिक आवडतात, त्यांची अधिक लागवड करावी, हे साधे तत्त्व आहे.

मुळे, गाजरे, टोमॅटो, इत्यादी भाज्या कच्च्या खाता येतात. म्हणून इतर भाज्यांपेक्षा या भाज्या अधिक घ्याव्यात. आपणांस मक्याची भाजलेली ताजी कणसे आवडत असतील, तर बागेतील एका कोपऱ्यात मका अवश्य लावावा. कारण मक्याचे कणीस काढल्यानंतर ६ ते ८ तासांनी त्याची चव कमी होते. २४ तासांनंतर तर त्याची मूळची गोडी राहत नाही. अगदी ताजे कणीस बाजारात कसे मिळणार? त्यासाठी ते घरच्या बागेतच लावले पाहिजे.

भाज्यांची निवड करताना आणखी एका गोष्टीकडे लक्ष द्यावे. ज्या भाज्या बाजारात कमी येतात आणि महाग होतात, त्या वेळी आपणांस त्या भाज्या आपल्या बागेतून मिळतील, अशा लावाव्यात. कॉलीफ्लॉवर, कोबी, गाजरे अशा भाज्यांची तोडणी करणे सोपे असते. त्या भाज्या अधिक लावण्यास हरकत नाही.

बागेत फळझाडे लावण्यासाठी वेगळी जागा ठेवणे योग्य असते. ते शक्य नसल्यास, फळझाडे कमी उंचीची आणि ती बागेच्या कोपऱ्यात लावावीत. शक्यतो फळझाडे उत्तरेस आणि ईशान्य दिशेस लावावीत. त्यामुळे त्यांची सावली भाजीपाल्यावर येणार नाही.

काही भाज्या लवकर तयार होतात. तर काहींना थोडा अधिक वेळ लागतो. तर काही त्यापेक्षा उशिरा तयार होतात. म्हणून लागवड करताना या तिन्ही प्रकारच्या भाज्या एकाच वेळी पेराव्यात. त्यामुळे काही भाज्या लवकर तयार होतील. थोड्या त्यानंतर आणि उशिरा येणाऱ्या शेवटी तयार होतील. वर्षभर भाज्यांचा पुरवठा नियमित होण्यासाठी गाजरे, बीटरूट, लेट्यूस यांसारख्या भाज्या पंधरा दिवसांच्या अंतराने वरचेवर लावाव्यात.

आपल्या आवडीच्या, म्हणून त्याच त्याच भाज्या एकाच जमिनीत घेतल्यास, त्या जमिनीची सुपीकता राहत नाही. त्यांवर रोग-किडी अधिक येतात. त्यामुळे भाजीपाल्याचे उत्पादन कमी येते. म्हणून भाजीपाला लागवडीचे एक महत्त्वाचे तंत्र लक्षात ठेवावे. उथळ मुळ्यांच्या भाज्या घेतल्यानंतर खोल मुळ्यांच्या भाज्या घ्याव्यात. तसेच, कंदमुळाच्या भाजीनंतर द्विदल भाजी घ्यावी. उदा., मुळे घेतल्यानंतर

त्यात चवळीची भाजी घ्यावी.

मुख्य भाजीपाल्यात इतर भाज्यांची आंतरपिके म्हणून घ्यावीत. मात्र अशा पिकांची आखणी करताना उंच वाढणाऱ्या भाज्यांची पूर्ण वाढ होण्याअगोदर कमी उंचीच्या भाज्या काढता याव्यात. म्हणजेच अधिक दिवसांनी तयार होणाऱ्या व कमी दिवसांत तयार होणाऱ्या भाज्या एकत्र घ्याव्यात. उदा., वांगी, कॉलीफ्लॉवर अशा उशिरा तयार होणाऱ्या भाज्यांत कोथिंबीर, मुळे, पालक, मेथी यांसारख्या लवकर तयार होणाऱ्या भाज्या लावाव्यात. काही भाज्यांवर एखादा रोग आढळल्यास, त्या जमिनीत त्याच भाज्या पुढील वेळी घेऊ नयेत.

भाजीपाल्याचे प्रकार

भाजीपाल्याच्या स्वरूपावरून त्यांचे प्रकार मानतात.

१) पालेभाज्या : मेथी, चाकवत, पालक, इ.
२) कंदभाज्या : कांदे, आले, बटाटा, रताळी, इ.
३) कोबीवर्गीय : कोबी, कॉलीफ्लॉवर, नवलकोल, इ.
४) भोपळेवर्गीय : भोपळा, खिरा, इ.
५) शेंगभाज्या : चवळी, वाटाणा, घेवडा, इ.
६) मूळभाज्या : गाजरे, मुळे, बीटरूट, इ.
७) खोडभाज्या : ॲस्पॅरॅगस.

भाजीपाला लागवडीची तत्त्वे

आपल्या आवडीचा भाजीपाला आपण पिकविणार, हे निश्चित झाले. भाजीपाल्याची लागवड प्रामुख्याने बियांपासून होते. काही भाज्यांची (उदा., वांगी, मिरची, इ.) प्रथम गादीवाफ्यावर रोपे तयार करून, मग ती बागेत लावावी लागतात. तर तोंडल्यासारखी भाजी वेलीच्या कटिंगपासून लावता येते. भेंडी, कोथिंबीर अशा भाज्यांचे बी लवकर उगवण्यासाठी ते पाण्यात १२ ते २४ तास भिजत ठेवावे. नंतर ते टोकावे.

ज्या वेळी भाजीपाला फुलावर येत असेल किंवा त्यास शेंगा लागण्यास सुरुवात झाली असेल, त्या वेळी त्यास द्रवरूप खत द्यावे. त्यामुळे त्याचे भरघोस उत्पादन मिळते. पालेभाज्यांची वाढ निम्मी झाल्यावर त्यांना द्रवरूप खत देणे फायद्याचे असते.

चवळी, घेवडा यांसारख्या वेलीभाज्यांना पुष्कळ पाने येऊन त्यांत त्यांची फुले झाकली जातात. म्हणून काही पाने तोडून पानांची दाटी कमी केल्यास हवा अधिक खेळती राहून अधिक फुले व शेंगा लागतात.

वेलीभाज्यांना, फळभाज्यांना मांडवावर चढविणे योग्य असते. उदा., कारली, पडवळ, दुध्या भोपळा. त्यामुळे त्यांना अधिक फळे लागतात. काही भाज्यांना काठ्यांचे आधार द्यावे लागतात. उदा., टोमॅटोच्या झाडाला आधार दिल्याने अधिक चांगले टोमॅटो लागतात.

भाज्यांची काढणी सकाळी लवकर किंवा संध्याकाळी करावी. कारण त्या वेळी त्या भाज्यांत अधिक रस असतो आणि त्या चवीला चांगल्या लागतात. तसेच, फळभाज्या किंवा शेंगभाज्या कोवळ्या व रसदार असतानाच तोडाव्यात. जून झाल्यानंतर त्या तोडल्यास त्यांची चव चांगली लागत नाही. मुळा, बीटरूट यांसारख्या भाज्याही वेळेवर तोडल्या नाहीत, तर त्यात तंतुमय पदार्थांचे प्रमाण वाढून त्या बेचव लागतात.

चवळी, बीन्स, इत्यादी द्विदल भाजीपाल्याच्या बियाण्यास रायझोबियम हे जीवाणुसंवर्धक लावल्यास त्यांची चांगली वाढ होऊन त्यांना अधिक शेंगा लागतात. निरनिराळ्या पिकांना कोणती जीवाणुसंवर्धके लावली पाहिजेत, हे ठरलेले आहे. त्यानुसार त्यांचा वापर करावा. एक किलो बियांसाठी सुमारे १० ग्रॅम रायझोबियम लावतात.

सुधारित बियाणे

भाजीपाल्यापासून भरघोस उत्पादन मिळण्यासाठी सुधारित व संकरित जातींचे बियाणे वापरले पाहिजे. भरपूर उत्पादन देणाऱ्या भाजीपाल्याच्या अनेक नवीन जाती आपल्या शेतीसंशोधकांनी शोधून काढल्या आहेत.

रोपे कशी लावावीत

वर सांगितल्याप्रमाणे काही भाजीपाल्यांची रोपे बियांपासून करावी लागतात. वांगी, कोबी, फ्लॉवर, टोमॅटो, कांदा अशा भाज्यांची रोपे तयार करून मग त्याची पुनर्लावण करतात. अशी पुनर्लावण करताना बरीच काळजी घ्यावी. पुनर्लावणीच्या वेळी रोपांची सर्व मुळे जमिनीत खाली जातील, हे पाहावे. कारण काही वेळा रोपांची मुळे आजूबाजूला किंवा वर राहतात.

रोपे वरंब्याच्या बगलेत खालून १/३ उंचीवर लावावीत. रोपे लावून झाल्यानंतर रोपाच्या भोवतालची माती हलक्या हाताने दाबावी. ऊन कमी झाल्यानंतर सायंकाळी रोपलावणीचे काम करावे. रोपे लावल्यानंतर ताबडतोब थोडे पाणी द्यावे. पुन्हा तिसऱ्या दिवशी पाणी द्यावे. त्यानंतर आठवड्यातून किमान दोन वेळ पाणी द्यावे. उन्हाळ्यात एखादेवेळी जादा पाणी द्यावे.

रोपांची विरळणी करावी

काही भाज्यापाल्यांची लागवड बी टोकून करतात. हे बी उगवून आल्यानंतर दाट झालेली रोपे मुळांसह उपटून काढावीत. त्यामुळे उरलेली रोपे जोमाने वाढतात. अशा विरळणीच्या वेळी फार जवळ जवळ उगवलेली व एकाच ठिकाणी एकापेक्षा अधिक असलेली रोपे काळजीपूर्वक काढून टाकावीत.

सुमारे ८-१० दिवसांच्या अंतराने दुसरी विरळणी करावी. या वेळी योग्य अंतरावर रोपे ठेवून मधील सर्व रोपे काढावीत. याच वेळी वाढ न झालेली, रोगट रोपेही काढावीत.

लावलेली रोपे काही वेळा मरतात. तर एखादेवेळी टाकलेले बी उगवत नाही. अशा ठिकाणी पुन्हा बी टाकावे किंवा रोप लावावे. यास नांगे भरणे म्हणतात. बागेत भाजीपाल्याच्या रोपांची योग्य संख्या असल्याशिवाय हव्या त्या प्रमाणात उत्पादन येत नाही.

वर्षभर भाजीपाला पिकवा

आपल्या जेवणात वर्षभर भाजी असते. भाजीचा प्रकार बदलेल. परंतु भाजी असणार. अशा परिस्थितीत आपणांस आपल्या बागेतून वर्षभर भाजीपाला पिकविता येईल काय? आपली बागेची जागा तर फार मोठी नाही. मग अशा वेळी काय करावे, असा प्रश्न काहींच्या मनांत येणे साहजिक आहे. आपण व्यवस्थित नियोजन केले, तर आपणांस पुरेल एवढा भाजीपाला बागेत वर्षभर पिकवू शकतो. मात्र त्याची तयारी अगोदर हवी. कोणत्या हंगामात कोणता भाजीपाला पिकतो, याची माहिती आपणांस हवी.

तीन हंगाम

शेतीचे तीन हंगाम प्रमुख आहेत. भाजीपाला लागवडीचेही हेच तीन हंगाम आहेत.

१) पावसाळी किंवा खरीप हंगाम - जून ते सप्टेंबर

२) हिवाळी किंवा रब्बी हंगाम - ऑक्टोबर ते जानेवारी

३) उन्हाळी हंगाम - फेब्रुवारी ते मे.

काही ठराविक हंगामात काही विशिष्ट भाज्यांचे उत्पादन चांगले मिळते. त्याचीही माहिती आपणांस हवी. ती खालीलप्रमाणे आहे.

१) खरीप हंगाम

१) श्रावण घेवडा, २) चवळी, ३) डबलबीन्स, ४)लायमाबीन्स, ५) तांबडा भोपळा, ६) दुध्या भोपळा, ७) काकडी, ८) भेंडी, ९) ढोबळी मिरची, १०)

गवार, ११) मिरची, १२) टोमॅटो, १३) घोसाळी, १४) दोडकी, १५) तोंडली, १६) कारली, १७) मुळे, १८) रताळी, १९) बहुतेक सर्व पालेभाज्या, २०) बटाटा, २१) सुरण

२) रब्बी हंगाम

१) कोबी, २) कॉलीफ्लॉवर, ३) नवलकोल, ४) टोमॅटो, ५) वांगी, ६) मिरची, ७) वाटाणा, ८) मुळे, ९) कांदे, १०) बीट, ११) गाजर, १२) लेट्यूस, १३) बटाटा, १४) पोकळा, १५) चाकवत, १६) पालक, १७) मेथी, १८) कोथिंबीर, पालक, शेपू, १९) ॲस्पॅरॅगस.

३) उन्हाळी हंगाम

१) दुध्या भोपळा, २) काकडी, ३) टोमॅटो, ४) मिरची, ५) भेंडी, ६) श्रावण घेवडा, ७) चवळी, ८) गवार, ९) गाजर, १०) मुळे, ११) बहुतेक सर्व पालेभाज्या.

आपल्या बागेत वर्षभर भाजीपाला घेण्यासाठी भाजीपाल्यासाठी राखून ठेवलेल्या जमिनीचे चार भाग करावेत. प्रत्येक भागात, प्रत्येक हंगामात वेगवेगळ्या भाज्या घेतल्या जातात.

खरीप हंगामात पहिल्या भागात शेंगवर्गीय भाज्या, दुसऱ्या भागात फळभाज्या, तिसऱ्यात पालेभाज्या घेतल्या, तर हिवाळी हंगामात पहिल्या भागात कोबीवर्गीय भाज्या घ्याव्यात. पालेभाज्या दुसऱ्या भागात, तर तिसऱ्या भागात कांदेबटाट्यासारख्या कंदभाज्या लावाव्यात. चौथ्या भागात वाटाण्याचे पीक घ्यावे.

उन्हाळी हंगामात पुन्हा क्रम बदलावा. पहिल्या भागात टोमॅटो घ्यावेत. दुसऱ्या भागात वांगी, ढोबळी मिरची अशा भाज्या लावाव्यात. भेंडी, गवार तिसऱ्या भागात आणि कोथिंबीर चौथ्या भागात घ्यावी.

यापेक्षा वेगळ्या पद्धतीनेही भाज्या घेता येतात. आपली आवड आणि जागेची निवड यांची सांगड घालून भाजीपाला लावावा. अशा प्रकारे थोडेसे नियोजन केल्यास, आपणांस बागेतून वर्षभर भाजीपाला पिकविता येतो.

वर्षभर भाजी मिळवण्यासाठी आणखी एक युक्ती करावी लागते. एक भाजी संपत आली असतानाच त्या वाफ्यातील भाजीत दुसऱ्या भाजीच्या बिया टोकाव्यात. त्यामुळे पहिल्या भाजीचे पीक संपते आहे, तोच त्याच वाफ्यातून दुसरी भाजी मिळते.

कोबीवर्गीय भाज्या संपत आल्यावर, त्या भाज्यांत टोमॅटोची रोपे लावावीत. तर वांगी, टोमॅटो संपत आले असताना या भाज्यांच्या वाफ्यात भेंडी, गवार, घेवडा यांसारख्या भाज्यांचे बी टोकावे.

भाजीपाल्याचे सुधारलेले वाण, त्यांचा हंगाम, बियाण्याचे प्रमाण, दोन रोपांतील व दोन ओळींतील अंतर, इत्यादींची माहिती पुढे दिली आहे.

भाजीपाला असाही लावता येईल.

ज्यांच्याकडे भाजीपाला लागवडीसाठी थोडी अधिक जमीन आहे, त्यांनी ७ × २ मीटर आकाराचे १२ वाफे बनवावेत. त्यांत नेहमीप्रमाणे खत घालावे. या १२ वाफ्यांत पुढीलप्रमाणे भाज्यांची लागवड करावी.

वाफा क्र.	भाजीचे नाव	पेरणी व काढणीचे महिने
१.	भेंडी	(जुलै ते ऑक्टोबर)
	बटाटा	(नोव्हेंबर ते मार्च)
	चवळी	(एप्रिल ते जून)
२.	मिरची	(जुलै ते मार्च)
	खिरा	(मार्च ते मे)
३.	दुध्या भोपळा	(जुलै ते फेब्रुवारी)
	भेंडी	(मार्च ते मे)
४.	टिण्डा	(जुलै ते नोव्हेंबर)
	मुळा	(ऑक्टोबर ते डिसेंबर)
	कांदा	(जानेवारी ते मे)
५.	कॉलीफ्लॉवर	(जून ते सप्टेंबर)
	वाटाणा	(ऑक्टोबर ते फेब्रुवारी)
	दोडका	(मार्च ते मे)
६.	दोडका	(जुलै ते ऑक्टोबर)
	कोथिंबीर	(नोव्हेंबर ते मार्च)
	पालक	(एप्रिल ते जून)
७.	वांगी	(जुलै ते मार्च)
	टिण्डा	(एप्रिल ते जून)
८.	आळू	(जून ते सप्टेंबर)
	फ्लॉवर	(ऑक्टोबर ते जाने)
	कारली	(फेब्रुवारी ते मार्च)
९.	गाजर	(जुलै ते ऑक्टोबर)
	कोबी	(नोव्हेंबर ते मार्च)
	घोळ	(एप्रिल ते जून)

१०.	बीट	(जुलै ते ऑक्टोबर)
	टोमॅटो	(नोव्हेंबर ते मार्च)
	खरबूज	(एप्रिल ते जून)
११.	टोमॅटो	(जुलै ते जानेवारी)
	पुदिना	(फेब्रुवारी ते जून)
१२.	भेंडी	(मे ते ऑगस्ट)
	बटाटा	(सप्टेंबर ते जानेवारी)
	मेथी	(फेब्रुवारी ते एप्रिल)

♦

शेंगभाज्या

शेंगभाज्यांत २५ ते ४५ टक्के प्रथिने असतात. त्या शिवाय 'अ' जीवनसत्त्व, कर्बोदके आणि खनिजे असतात. म्हणून शेंगभाज्या खाल्ल्यामुळे प्रकृती सुधारते. शेंगभाज्यांत प्रामुख्याने पुढील भाज्या येतातः श्रावण घेवडा, पावटा, वाल, चवळी, डबलबीन, चौधारी घेवडा, लायमाबीन, डबलबीन, गवार.

श्रावणघेवडा

श्रावणघेवड्याची भाजी अनेकांना आवडते. पूर्वी या घेवड्याच्या शेंगा प्रामुख्याने श्रावण महिन्यात मिळत. म्हणून त्यास तसे नाव पडले आहे. परंतु सध्या वर्षभर ही भाजी घेतात. कंटेंडर, पुसा पार्वती, जंपा या श्रावण घेवड्याच्या सुधारित जाती आहेत.

लायमाबीनची लागवडही श्रावण घेवड्याप्रमाणेच करतात. आपल्या बागेत लायमाबीन अवश्य लावावे.

या घेवड्यांची लागवड महाराष्ट्रात तिन्ही हंगामांत करतात. खरिपातील लागवड जून-जुलै, रबी हंगामातील सप्टेंबर-ऑक्टोबर आणि उन्हाळी हंगामात जानेवारी फेब्रुवारीत लागवड करावी. सतत भाजी मिळण्यासाठी १५ ते २० दिवसांच्या अंतराने वर्षभर लागवड करावी.

घेवड्याची मुळे फार खोलवर जात नाहीत. त्यामुळे त्यांना भारी व खोल जमिनीची जरुरी नसते. पाण्याचा चांगला निचरा होणाऱ्या हलक्या ते मध्यम जमिनीत पीक चांगले येते.

ही भाजी शक्य असल्यास सरी वरंब्यावर घ्यावी. सरी वरंब्याच्या दोन्ही बाजूंना २० ते ३० सें.मी अंतरावर २ ते ३ बिया टोकाव्यात.

यांत वेलीसारखी वाढणारी जात आहे. तिची लागवड १ × १ × १ मीटर

अंतरावर करावी. त्यास बांबूचा आधार देऊन वेल वाढवावी. १० चौ. मीटर जागेत ५० ग्रॅम बी पुरेसे होते. २ × ३ मीटर आकाराचे वाफे करून त्यांत श्रावण घेवड्याची लागवड करता येते. अशा वाफ्यांत २ ते ३ घमेली शेणखत व १०० ग्रॅम डाय अमोनियम फॉस्फेट (२ हिंगाच्या डब्या) घालून ते मातीत चांगले मिसळावे.

बी लावल्यापासून सुमारे ५ ते ६ आठवड्यांत शेंगा तयार होण्यास सुरुवात होते. दोन दाण्यांमधील भाग सपाट असताना शेंगा कोवळ्या असतात. त्या वेळी शेंगा तोडाव्यात. सकाळच्या वेळी शेंगातोडणी करावी. ५ ते ६ तोडे मिळतात. वेलींसारख्या वाढणाऱ्या जातीस उशिरा शेंगा लागतात. त्यांच्या शेंगांची काढणीही बरेच दिवस चालते.

वाल व पावटा

वाल व पावट्याच्या शेंगा आहारदृष्ट्या श्रावण घेवड्यापेक्षाही अधिक पौष्टिक आहेत. कारण त्यात अ, ब, क ही जीवनसत्त्वे असतात. तसेच प्रोटिन्स, मॅग्नेशियम, पोटॅशियम, फॉस्फरस, चुना व लोह, इत्यादी खनिजेही भरपूर असतात.

याच्या स्थानिक जाती बऱ्याच आहेत. कोकणातील कडवे वाल अनेकांना माहिती आहेत. पुसा अर्ली पॉलीफाक, डी. एल्. ४५३, सी ओ-१२ डी. एल्. ६९२, डी. एल्. २६९ हे सुधारित वाण आहेत.

या भाजीसाठी साधारण उष्ण हवामानाची आवश्यकता असते. तसेच, मध्यम ते भारी, चांगला निचरा होणारी जमीन या पिकासाठी चांगली असते.

पावटा व वाल यांची लागवड जून-जुलैमध्ये करतात. दोन ओळींतील अंतर १०० सें.मी. व २ रोपांतील अंतर ६० सें.मी. ठेवून १० चौ.मी. क्षेत्रासाठी २० ग्रॅम बी वापरावे. श्रावण घेवड्याप्रमाणेच खते वापरावीत.

चवळी

चवळीत भरपूर प्रथिने (३५%) असतात. चवळीच्या ओल्या व वाळलेल्या बिया, कोवळी पाने व हिरव्या शेंगांची भाजी करतात. तर चवळीचे वेल जनावरांना वैरण म्हणून घालतात.

लांब शेंगांची चवळी, गोल शेंगांची चवळी आणि सर्वसामान्य चवळी असे चवळीचे प्रमुख तीन प्रकार आहेत.

चवळीच्या सुधारित जाती पुढील आहेत.

पुसा फाल्गुनी

ही जात झुडपासारखी वाढते. उन्हाळी हंगामासाठी ती फार चांगली आहे.

त्याच्या शेंगा गडद हिरव्या रंगाच्या व १.२५ सें.मी. लांबीच्या असतात. याचे दोन बहार येतात. लागवडीनंतर ६० दिवसांनी शेंगा काढण्यास येतात.

पुसा बरसाती

४५ दिवसांत शेंगा येणारी ही जात पावसाळी हंगामासाठी चांगली आहे. त्यास दोन-तीन बहार येतात.

पुसा दो फसली

ही झुडूपवजा वाढणारी जात आहे. उन्हाळ्यात व पावसाळ्यातही ही घेता येते. याची शेंग सुमारे १८ सें.मी. लांबीची असते. याचे सुमारे १५ तोडे मिळतात.

पाण्याचा चांगला निचरा होणाऱ्या हलक्या ते मध्यम किंवा भारी जमिनीतही ही भाजी येते.

चवळीचे पीक आपणांकडे तिन्ही हंगामांत वर्षभर घेता येते. मात्र ज्या त्या हंगामास योग्य अशा जातीचीच लागवड करावी. दोन ओळींतील अंतर ४५ ते ६५ सें.मी आणि ओळींतील दोन रोपांतील अंतर १५ ते २५ सें.मी ठेवावे. २५ ग्रॅम बी १०चौ. मी. जमिनीस पुरेसे होते.

२×३ मीटर आकाराचे वाफे करून त्यांत लागवड करता येते. अशा वाफ्यांत २ घमेली चांगले कुजलेले शेणखत घालून ते चांगले मातीत मिसळावे. तसेच, या वाफ्यांत १०० ग्रॅम अमोनियम फॉस्फेट टाकून मातीत मिसळावे.

चवळीच्या जातीनुसार बी लावल्यापासून ६ ते ८ आठवड्यांनंतर वेलीला फुले येतात. त्यानंतर २ आठवड्यांनी शेंगा तोडायला येतात. साधारणपणे ६ ते ८ आठवड्यांपर्यंत तोडणी चालते.

डबलबीन

डबलबीनचा वेल असतो. त्याला आधार देऊन वाढवावा लागतो. याची लागवड जुलैमध्ये करावी. लागवडीनंतर ३ ते ४ महिन्यांनी शेंगाची तोडणी होते. इतर शेंगभाज्यांप्रमाणेच डबलबीन लावावे.

गवार

गवारीच्या हिरव्या शेंगांची भाजी कोणास आवडत नाही? या भाजीत प्रथिनांचे प्रमाण भरपूर आहे. तसेच फॉस्फरस, चुना, लोह, इत्यादी खनिजे आणि अ, ब, क ही जीवनसत्त्वेही असतात.

गवारीच्या सुधारित जाती

पुसा सदा बहार

ही पावसाळा व उन्हाळा या दोन्ही हंगामांत चांगली येते. ही जात उंच वाढते. १२ ते १३ सें.मी. लांबीच्या हिरव्या, कोवळ्या व बिनरेषांच्या शेंगा असतात. ४५ ते ५५ दिवसांत शेंगा काढायला येतात.

पुसा मोसमी

पावसाळी हंगामासाठी ही जात चांगली आहे. या जातीच्या शेंगाही लांब म्हणजे १० सें.मी. लांबीच्या, हिरव्या रंगाच्या, चमकदार व आकर्षक असतात. ही जात सरळ न वाढता तिला फांद्या फुटतात. मुख्य खोड व फांद्यांच्या टोकांवर शेंगा येतात.

पुसा नवबहार

ही जात सर्वांत चांगली आहे. पुसा मोसमीसारख्या चांगल्या प्रतीच्या, १५ सें.मी. लांबीच्या कोवळ्या, हिरव्या शेंगा यास येतात. याची वाढ चांगली असून प्रत्येक पानाच्या बेचक्यात शेंगांचा घोस येतो. उन्हाळी व पावसाळी या दोन्ही हंगामांसाठी ही जात चांगली आहे.

गवारीस उष्ण हवामान मानवते. त्यामुळे पावसाळी व उन्हाळी हंगामांत ही भाजी घेतात. थंडीचे १-२ महिने सोडून गवारीची वर्षभर लागवड करता येते. उन्हाळी भाजीची लागवड जानेवारी-फेब्रुवारी महिन्यांत २ ते ३ हप्त्यांत करावी. दोन ओळींतील अंतर ४५ ते ६० सें.मी. आणि दोन झाडांतील अंतर २० ते ३० सें.मी. ठेवावे. सरी वरंबा पद्धतीने किंवा सपाट वाफ्यात गवार लावावी. १० चौ.मी. जमिनीत २० ते २५ ग्रॅम बी वापरावे.

नेहमीप्रमाणे बागेत २×३ मीटर आकाराचे वाफे करून त्यांत २ ते ३ घमेली शेणखत व १०० ग्रॅम (हिंगाच्या दोन लहान डब्या) दाणेदार डायअमोनियम फॉस्फेट घालून मातीत चांगले मिसळावे. पीक एक महिन्याचे झाल्यावर प्रत्येक वाफ्यास १००ग्रॅम यूरिया घालून लगेच पाणी द्यावे.

पुसा सदा बहार ही लवकर येणारी, तर पुसा मोसमी ही उशिरा येणारी जात आहे. भाजीसाठी कोवळ्या शेंगा काढाव्यात. शेंगांत रेषा वाढून त्यांची साल कठीण होणार नाही, याकडे लक्ष द्यावे. शेंगाची तोडणी एक दिवसाआड करावी.

वाटाणा

वाटाण्याची उसळ आपणा सर्वांना आवडते. ताज्या हिरव्या वाटाण्याच्या उसळीला तर एक वेगळीच चव असते. वाटाण्यांत प्रथिने असतात. पण त्याचबरोबर

त्यात कर्बोदके, फॉस्फरस, पोटॅशिअम, मॅग्नेशियम, इत्यादी खनिजे आणि अ, ब, क जीवसत्त्वे भरपूर असतात. म्हणजे आरोग्याच्या दृष्टीनेही वाटाण्याचे महत्त्व फार आहे.

हिरवा वाटाणा डबाबंद करून, गोठवून अनेक दिवस ठेवता येतो. त्यामुळे मोठ्या हॉटेलात वर्षभर ओला वाटाणा खायला मिळतो. पॅकबंद डबे आपणही आणून त्याची चव चाखू शकतो. पण आपल्या बागेतील वाटण्याइतकी चांगली चव त्याला कोठून येणार?

सुधारित जाती

लवकर येणाऱ्या जाती

१) मिटिओर : ही जात ७० दिवसांत तयार होते. या जातीचे दाणे गोड असून ते गोल असतात.

२) असौजी : ही जातही लवकर तयार होते. या जातीचे वेल बुटके म्हणजे ३५.५ सें. मी. उंचीचे असून, शेंगा गडद हिरव्या रंगाच्या असतात. त्या सुमारे ७.५ सें. मी. लांबीच्या असतात. प्रत्येक शेंगेत ६ ते ७ गोल आकाराच्या बिया असतात.

३) अर्लीबॅजर : नावाप्रमाणेच ही लवकर तयार होणारी म्हणजे ६० ते ६५ दिवसांत पहिली तोडणी मिळणारी जात आहे. याचे दाणे गोड आणि मोठे असतात.

थोड्या उशिरा येणाऱ्या जाती

१) बोनव्हिला : महाराष्ट्रात ही सर्वात अधिक लोकप्रिय जात आहे. या जातीच्या शेंगा सुमारे ८ सें. मी. लांब असतात. तिची पहिली तोडणी ८५ दिवसांत मिळते.

२) परफेक्शन न्यू लाईन : ही जात ८० - ८५ दिवसांत तयार होते. ही जात मध्यम वाढीची असून शेंगा ८ सें. मी. लांबीच्या, गडद हिरव्या रंगाच्या असतात. हिचे दाणे गोड असतात. हिचे चांगले उत्पादन मिळते.

उशिरा येणाऱ्या जाती

१) एन् . पी. २९ : या जातीची तोडणी १०० दिवसांनी मिळते. या जातीच्या शेंगात बियांचे प्रमाण सर्वात अधिक म्हणजे ५०% असते. याचे दाणे हिरवे असून ते फार गोड असतात.

२) वाई वाटाणा, खापरखेडा, जी. सी. १४१, सिलेक्शन - ८२, इत्यादी जाती आहेत.

वाटाण्याच्या पिकास थंड हवामान मानवते. सर्व प्रकारच्या जमिनीत हे पीक येते. हलक्या जमिनीत ते लवकर तयार होते. तर मध्यम ते भारी जमिनीत पीक थोडे उशिरा तयार होते. पण त्यापासून चांगले उत्पादन मिळते.

वाटाणा सपाट वाफ्यांत किंवा ६० सें. मी. अंतरावरील सरी वरंबा यांवर घेता येतो. याची लागवड ऑक्टोबर सुरुवातीपासून ते नोव्हेंबर मध्यापर्यंत करतात. पावसाळी हंगामात जून-जुलै मध्ये लागवड करावी. सऱ्यांवर लागवड करायची असल्यास त्याच्या दोन्ही बाजूंस बी टोकावे. दोन बियांतील अंतर ८ ते १० सें. मी. ठेवावे. प्रत्येक ठिकाणी दोन बिया रोवाव्यात. १० चौ. मी. क्षेत्रास ७५ ग्रॅम बी पुरते. आपणांस २ × ३ मीटर आकाराच्या वाफ्यात लागवड करावयाची असल्यास, त्यात २ ते ३ घमेली शेणखत व १०० ग्रॅम डाय अमोनियम फॉस्फेट घालून ते मातीत चांगले मिसळावे. लागवडीनंतर महिन्याने या वाफ्यास ५० ग्रॅम यूरिया खत देऊन पाणी द्यावे.

जातीनुसार ६० ते ८० दिवसांत शेंगा काढणीस येतात. शेंगा काढणीला आल्या, म्हणजे त्यांचा गडद रंग बदलून त्या फिकट हिरव्या रंगाच्या व टपोऱ्या दिसतात. अशा शेंगा नियमित तोडाव्यात.

◆

फळभाज्या

फळभाज्यांत वांगी, टोमॅटो, मिरची, भेंडी, इत्यादी भाज्यांचा समावेश होतो.

वांगी

वांग्याची भाजी कोणाला आवडत नाही ? जवळजवळ वर्षभर वांगी मिळतात. वांग्याची भाजीही पौष्टिक असते, हे अनेकांना माहीत नसेल. कारण वांग्यात खनिजे, अ, ब व क ही जीवनसत्त्वे, लोह पुरेशा प्रमाणात असते. वांग्याचे औषधी उपयोगही आहेत. वांग्याची भाजी, भरलेली वांगी, कालवण, भरीत, वांगी - भात, वांग्याची भजी अशा अनेक प्रकारे आपण वांग्याचा उपयोग आपल्या आहारात करतो.

सुधारित जाती :

वांग्याच्या काही महत्त्वाच्या सुधारित जाती पुढीलप्रमाणे आहेत.

मांजरी गोटा

या जातीचे झाड बुटके, पसरट असते. याचे खोड, पाने व फळाच्या देठावर काटे असतात. या जातीच्या वांग्याचे फळ मध्यम ते मोठ्या आकाराचे, गोल आणि जांभळट गुलाबी रंगाचे असते. त्यावर पांढरे सरमिसळ पट्टे असतात. ही जात चवीला चांगली असून तिची फळे चार ते पाच दिवस टिकतात.

वैशाली

या जातीचे झाड पसरट, किंचित ठेंगणे असते. त्याचे खोड, पाने व फळाच्या देठावर काटे असतात. या जातीचे वैशिष्ट्य म्हणजे याला फुले व फळे झुपक्यांनी येतात. याची फळे मध्यम अंडाकृती आकाराची असतात. त्याचा रंग आकर्षक जांभळा असून त्यावर पांढरे सरमिसळ पट्टे असतात. मांजरी गोटा जातीपेक्षा या

जातीचे अधिक उत्पादन मिळते.

याशिवाय पुसा क्रांती, पुसा पर्पल लाँग, पुसा पर्पल राऊंड या जातीही चांगल्या आहेत. पुसा अनमोल व सफल या संकरित जातीही अधिक उत्पादन देतात.

चांगला निचरा असणारी, मध्यम काळी कसदार जमीन या पिकास मानवते. वांग्याची लागवड तिन्ही हंगामांत करता येते. खरिपात रोपासाठी बी जूनच्या दुसऱ्या आठवड्यात टाकावे. रोपांची लागवड जुलै-ऑगस्टमध्ये करावी. हिवाळी हंगामात रोपासाठी बी सप्टेंबरमध्ये टाकावे. तर रोपे ऑक्टो-नोव्हेंबरमध्ये लावावीत. उन्हाळ्यात जानेवारीच्या दुसऱ्या आठवड्यात बी पेरून रोपांची लागवड फेब्रुवारीत करावी.

गादीवाफ्यावर रोपासाठी बी टाकावे. बी टाकल्यापासून ५ ते ६ आठवड्यांत लागवडीसाठी रोपे तयार होतात. सरी वरंब्यावर रोपे लावावीत. वरंब्याच्या बगलेत मध्यावर ६० सें. मी. अंतरावर रोपे लावावीत. दोन ओळींतील अंतर ६० सें. मी. ठेवावे. १० चौ. मी. क्षेत्रास ४ ग्रॅम बी पुरते. २ × ३ मीटर आकाराच्या वाफ्यात लागवडीपूर्वी २०० ग्रॅम सुफला (१५ : १५ : १५) द्यावे. लागवडीनंतर १ महिन्याने प्रत्येक रोपास यूरिया बांगडी पद्धतीने द्यावा.

फळे फार कोवळी अगर जून काढू नयेत. ती पूर्ण वाढून त्यांना आकर्षक रंग आल्यावर त्यांची काढणी करावी. साधारणपणे पहिली तोडणी ८५ ते ९० दिवसांनी मिळते.

मिरची

आपणांस जेवणात दररोज मिरची हवी. म्हणून आपल्या बागेत मिरचीची काही झाडे पाहिजेत. मिरचीचे अनेक प्रकार आहेत. भाजीसाठी ढोबळी मिरची हवी, तर चटणी मसाल्यासाठी अधिक तिखट मिरची पाहिजे. लोणच्याची मिरची निराळीच असते. मिरचीत 'अ' आणि 'क' जीवनसत्त्वे भरपूर असतात. त्यांशिवाय फॉस्फरस व चुना यांचे प्रमाणही बरेच असते.

सुधारित जाती

ज्वाला

मिरचीच्या या जातीचे झाड ठेंगणे असून त्यास भरपूर फांद्या असतात. या जातीची मिरची लांब, सडपातळ असते. हिरव्या मिरचीसाठी ही जात फार चांगली आहे. या जातीची मिरची तिखट असून तिचे भरपूर उत्पादन मिळते.

एन्. पी. ४६

या जातीचे झाड मध्यम उंचीचे असते. या जातीची मिरची गडद हिरव्या

रंगाची, लांब आणि ज्वालापेक्षा अधिक जाडीची असते.

पंत सी १

या जातीचे झाड मध्यम उंचीचे व काहीसे उभट वाढते. या जातीच्या मिरच्या आखूड असून त्या उलट्या लागलेल्या असतात. याच्या मिरच्या गडद हिरव्या रंगाच्या असतात. पिकलेली मिरची आकर्षक लाल रंगाची असते.

संकेश्वरी ३२

अनेकांच्या माहितीची ही जात आहे. या जातीचे झाड उंच असून मिरची २० ते २५ सें. मी. लांबीची व पातळ सालीची असते. त्यांवर सुरकुत्या असतात. वाळलेल्या मिरचीचा रंग लाल असतो.

ढोबळी मिरची

कॅलिफोर्निया वंडर, यलो वंडर

ढोबळी मिरचीच्या या जाती आहेत. पाण्याचा उत्तम निचरा असलेली मध्यम ते भारी जमीन मिरचीस चांगली असते. मिरचीचे पीक वर्षभर तिन्ही हंगामांत घेतात. मिरचीची रोपे गादीवाफ्यावर करावीत. पावसाळी हंगामासाठी बी मे महिन्याच्या शेवटच्या आठवड्यापासून जून-जुलै पर्यंत टाकावे. हिवाळी हंगामासाठी ऑक्टोबर आणि उन्हाळी हंगामासाठी जानेवारी-फेब्रुवारीमध्ये बी पेरावे. १० चौ. मी. क्षेत्रासाठी ३ ते ४ ग्रॅम बी वापरावे. ४ ते ५ आठवड्यांनी १५ ते २० सें. मी. उंचीची रोपे झाली, म्हणजे त्यांची लागवड करावी. वरंब्याच्या बगलेत मध्यावर ४५ सें. मी. अंतरावर प्रत्येक ठिकाणी दोन रोपे लावावीत. दोन ओळींतील अंतर ६० सें. मी. ठेवावे. २ × ३ मीटर आकाराच्या वाफ्यात लागवड करावयाची असल्यास २ ते ३ घमेली शेणखत, २०० ग्रॅम मिश्रखत (१५ : १५ : १५) मातीत टाकून चांगले मिसळावे. रोपे लावणीनंतर ४० ते ७० दिवसांनी प्रत्येक रोपास यूरिया बांगडी पद्धतीने द्यावा. सर्वसाधारणपणे ७० ते ८० दिवसांत मिरची काढण्यास सुरुवात होते.

टोमॅटो

भाजी, कोशिंबीर, चटणी, सूप, केचप, सॉस, जॅम अशा अनेक प्रकारांनी टोमॅटोचा उपयोग आपण आपल्या आहारात करतो. आरोग्याच्या दृष्टीनेही त्याला बरेच महत्त्व आहे. कारण उत्तम आरोग्य राहण्यासाठी आवश्यक अ, ब आणि क जीवनसत्त्वे टोमॅटोत भरपूर प्रमाणात असतात. त्याच्या जोडीला खनिजे, लोह, इत्यादी पोषक द्रव्येही त्यात असतात.

सुधारित जाती

टोमॅटोच्या अनेक सुधारलेल्या जाती आहेत. त्यांपैकी काही प्रमुख जाती पुढीलप्रमाणे आहेत.

पुसा रूबी

या जातीपासून वर्षभर चांगले उत्पादन मिळते. ही लवकर येणारी जात आहे. लागवडीनंतर ८५ ते ९० दिवसांत या जातीची फळे मिळतात. या जातीचे फळ मध्यम आकाराचे व चपटे असते.

पुसा अर्ली ड्वार्फ

ही जातही पावसाळी, हिवाळी व उन्हाळी अशा तिन्ही हंगामात येते. या जातीची फळे लवकर, म्हणजे लागवडीनंतर ७५ ते ८० दिवसांत मिळतात. याचे फळ मध्यम आकाराचे, गोल व लाल रंगाचे असते.

सिलेक्शन - १२

या जातीचे फळ मध्यम, गोल आणि आकर्षक लाल रंगाचे असते. या जातीचे उत्पन्नही चांगले मिळते. ही जात नेमॅटोडला प्रतिकारक आहे. नेमॅटोडमुळे टोमॅटोच्या मुळावर खूप गाठी येऊन झाड रोगट दिसते. त्यामुळे उत्पादन कमी येते. म्हणून ज्या ठिकाणी टोमॅटोस नेमॅटोडचा त्रास होतो, त्या ठिकाणी ही जात लावावी.

संकरित जाती

गेल्या काही दिवसांत टोमॅटोच्या संकरित जाती अधिक लोकप्रिय झाल्या आहेत. कारण संकरित जातीच्या फळांचा मोठा व आकर्षक आकार असतो. वाहतुकीत ही फळे खराब होत नाहीत. या जातीपासून भरघोस उत्पादन मिळते. या जातीत कर्नाटक हायब्रीड, वैशाली, के. ३ इत्यादी जाती येतात.

टोमॅटोचे पीक कोणत्याही जमिनीत येऊ शकते. हलक्या रेताड जमिनीपासून ते मध्यम काळ्या, पोयट्याच्या किंवा भारी जमिनीतही टोमॅटोचे पीक येते. मात्र चांगला निचरा असलेल्या जमिनीत पीक चांगले येते. आपल्या बागेत टोमॅटो आवश्य लावावेत.

आपल्याकडे वर्षभर टोमॅटोचे पीक घेता येते. पावसाळी हंगामासाठी जून किंवा जुलैमध्ये बी पेरावे. तर हिवाळी हंगामासाठी सप्टेंबर - ऑक्टोबर मध्ये बी टाकावे. उन्हाळी हंगामासाठी डिसेंबर - जानेवारीत बी पेरावे. १० चौ. मी. क्षेत्रासाठी २ ते ३ ग्रॅम बी पुरते. मात्र टोमॅटोची गादीवाफ्यावर प्रथम रोपे करून, मग लावण करावी. बी टाकल्यावर ३ ते ४ आठवड्यांत रोपे सुमारे १२ ते १५ सें. मी. उंचीची

झाली, म्हणजे लावावीत. वरंब्याच्या बगलेत मध्यावर दोन रोपे लावावीत. दोन ओळींतील व दोन रोपांतील अंतर ५० ते ६० सें. मी. ठेवावे. टोमॅटोच्या झाडांना काठीचा आधार दिल्याने फळांची वाढ चांगली होते. तसेच फळे जमिनीला न टेकल्याने खराब होत नाहीत.

खते

रोपे लावण्यापूर्वी २ × ३ मीटर आकाराच्या वाफ्यात २ ते ३ घमेली शेणखत किंवा कंपोस्ट खत आणि २०० ग्रॅम सुफला मातीत टाकून चांगले मिसळावे. रोप लागवडीनंतर ४५ दिवसांनी प्रत्येक रोपास बांगडी पद्धतीने यूरिया द्यावा.

भेंडी

भेंडीची भाजीही अनेकांच्या आवडीची आहे. भेंडीचे सूपही करतात. भेंडीची भाजी सारक व पाचक असते. त्यामुळे काही आजारांत भेंडीची भाजी खातात. भेंडीत अ, ब आणि क जीवनसत्त्वे भरपूर असतात. त्यांशिवाय मॅग्नेशियम, फॉस्फरस, चुना, पोटॅशियम आणि लोह, इत्यादी खनिजेही भरपूर प्रमाणात असतात.

सुधारित जाती

पुसा सावनी

सध्या सर्वांच्या आवडीची ही जात आहे. या जातीची फळे गडद हिरव्या रंगाची, आकर्षक असतात. ती बरेच दिवस कोवळी राहतात. यावर काटे नसतात. बी पेरल्यापसून ४५ दिवसांत फळे येतात. त्यांनतर दीड - दोन महिने फळे मिळतात.

सिलेक्शन - २-२

पुसा सावनीपेक्षा ही जात अधिक रोगप्रतिकारक आहे. याची फळे पातळ, नाजूक आणि हिरव्या रंगाची असतात.

यांशिवाय सिलेक्शन - ६-२, सी-ओ-१, आय्. एच्, आर- २०-३१, इत्यादी जातीही चांगल्या आहेत.

भेंडीस कोणत्याही प्रकारची जमीन चालते. तथापि, चांगला निचरा होणाऱ्या कसदार, सुपीक जमिनीत भेंडीचे चांगले उत्पादन मिळते. पावसाळी व उन्हाळी हंगामांत भेंडीची लागवड चांगली होते. पावसाळी हंगामासाठी जून-जुलै आणि उन्हाळी हंगामासाठी जानेवारी-फेब्रुवारी महिन्यात बी पेरावे.

उन्हाळ्यात भेंडीचे बी लवकर उगवत नाही. म्हणून बी पाण्यात २४ तास भिजवून लावावे. लागवड सरी वरंब्यावर किंवा सपाट वाफ्यांत करावी. पावसाळी हंगामात दोन सरींतील अंतर ४५ ते ६० सें. मी. आणि ३० ते ४५ सें. मी. ठेवावे. उन्हाळी हंगामात हेच अंतर अनुक्रमे ४५ ते ६० सें. मी. आणि १५ ते २० सें. मी. ठेवावे. १० चौ. मीटर क्षेत्रासाठी सुमारे २५ ग्रॅम बी लागते.

खते

लागवडीसाठी २ × ३ मीटर आकाराचे वाफे केले असल्यास त्यांत २ ते ३ घमेली शेणखत व १०० ग्रॅम सुफला (१५ : १५ : १५) खत घालून ते मातीत चांगले मिसळावे. लागवडीनंतर सुमारे एक महिन्याने ५० ते ६० ग्रॅम यूरिया या वाफ्यांत पसरून टाकून पाणी द्यावे. वाफ्यांतील तण काढावे.

भेंडीला बी लावल्यापासून ४५ ते ५० दिवसांत फुले येतात. फूल उमलल्यापासून ४ ते ६ व्या दिवसापर्यंत फळांची वाढ होते. ५ व्या किंवा ६ व्या दिवसापासून भेंडी जून होते. त्यात रेषा तयार होतात. म्हणून त्यापूर्वीच कोवळ्या भेंड्या तोडाव्यात. प्रत्येक २ ते ३ दिवसांनी भेंडीची तोडणी करावी. त्यामुळे भेंड्याही अधिक मिळतात.

♦

कोबीवर्गीय भाज्या

कोबी

हिवाळी हंगामात कोबी ही महत्त्वाची भाजी आहे. आपणा सर्वांच्या आवडीची ही भाजी आहे. भाजी, कोशिंबीर, लोणचे यांसाठी आपण कोबी वापरतो. ही भाजी पचनास हलकी असून सारक आहे. कोबीत 'अ' आणि 'क' जीवनसत्त्वे भरपूर प्रमाणात असतात. त्यांशिवाय शरीराची वाढ व आरोग्यासाठी लागणारी फॉस्फरस, पोटॅशियम, सल्फर, सोडियम, चुना, लोह ही खनिजेही कोबीत बऱ्याच प्रमाणात असतात.

सुधारित जाती

गोल गड्डा असलेल्या जाती :

या जातीचा गड्डा गोल, घट्ट व हिरव्या रंगाचा असतो. या जाती लवकर म्हणजे ६५ ते ८० दिवसांत तयार होतात.

या प्रकारात गोल्डन एकर, प्राईड ऑफ इंडिया, कोपनहेगन मार्केट, इत्यादी जाती येतात.

चपटा गड्डा असलेल्या जाती :

चपट्या गड्ड्याच्या जाती उशिरा येतात. पुसा ड्रम हेड ही या प्रकारातील जात चांगली आहे.

कोबीसाठी मध्यम प्रतीची व चांगला निचरा होणारी जमीन चांगली असते. कोबीस थंड हवामान मानवते. लवकर येणाऱ्या जातीचे बी ऑगस्टमध्ये पेरावे. तर उशिरा येणाऱ्या जातीचे बी सप्टें-ऑक्टोबरमध्ये गादी वाफ्यावर पेरून रोपे करावीत.

बी टाकल्यापासून ४ ते ५ आठवड्यांत रोपे तयार होतात. त्या वेळी रोपे सरी वरंब्यावर ३० सें. मी. अंतरावर लावावीत. दोन ओळींतील अंतर ४० सें. मी. ठेवावे.

कोबीची मुळे उथळ असल्यामुळे त्यांस वरचेवर पाणीपुरवठा करावा लागतो. लागवड केल्याबरोबर पाणी द्यावे. लागवडीनंतर पहिले पाणी लवकर द्यावे. नंतरचे पाणी ८ ते १० दिवसांनी द्यावे. गड्डे तयार झाल्यावर पाणी कमी करावे. त्या वेळी अधिक पाणी दिल्यास गड्डे फुटतात.

खते

आपल्या बागेतील २ × ३ मीटर आकाराच्या वाफ्यात २ ते ३ घमेली कंपोस्ट खत व २०० ग्रॅम सुफला टाकून मातीत चांगले मिसळावे. रोपांची लागवड केल्यानंतर २० ते २५ दिवसांनी प्रत्येक रोपास बांगडी पद्धतीने थोडा थोडा असा एकूण ६० ग्रॅम यूरिया द्यावा. पुन्हा २० दिवसांनी असाच यूरिया द्यावा. यूरियानंतर लगेच पाणी द्यावे.

रोप लावल्यानंतर कोबीचे गड्डे ७० ते ८० दिवसांत तयार होतात. गड्डा तयार झाला आहे, हे कसे ओळखावे ? गड्डा अंगठ्याने किंवा तळहाताने दाबल्यास जर तो घट्ट लागला, तर तो तयार झाला, असे समजून काढावा. लवकर येणाऱ्या जातीचा गड्डा लहान असतो. तर उशिरा येणाऱ्या जातीचा गड्डा मोठा असतो. गड्डा तयार झाल्यानंतर तो लगेच काढावा.

फुलकोबी (कॉलीफ्लॉवर)

कोबीपेक्षा फुलकोबीची भाजी आवडणारे अनेक लोक आहेत. फुलकोबीमध्ये 'अ' आणि 'क' जीवनसत्त्वे असतात. यांशिवाय प्रथिने, पोटॅशियम, सोडियम, लोह, फॉस्फरस, चुना ही खनिजे भरपूर प्रमाणात असतात.

सुधारित जाती

लवकर येणाऱ्या जाती :

पुसा कटकी, अर्ली पटना, फैजाबाद. या जाती सुमारे ६० ते ८० दिवसांत तयार होतात. त्यांचा गड्डा लहान व पिवळसर रंगाचा असतो.

मुख्य हंगामातील जाती :

अर्ली स्नोबॉल, पुसा सिन्थेटिक, इम्प्रूव्हड जापनीज्. या जातीचे गड्डे मोठे, पांढऱ्या रंगाचे व घट्ट असतात. लागवडीपासून ९० ते १०० दिवसांत गड्डे तयार होतात.

उशिरा येणाऱ्या जाती :

या जातीचे गड्डे मध्यम आकाराचे, पांढरे शुभ्र व घट्ट असतात. लागवडीपासून ११० ते १२० दिवसांत गड्डे तयार होतात. या गटात पुढील जाती येतात : पुसा स्नोबॉल -१, पुसा स्नोबॉल -२, स्नोबॉल -१६

हंगामाप्रमाणे ठराविक जातीची निवड करावी. कारण फुलकोबीस थंड हवामान मानवते. गड्डा तयार होताना तापमान अधिक असल्यास गड्ड्याची वाढ चांगली होत नाही.

कोबीप्रमाणे या पिकालाही चांगला निचरा होणारी जमीन निवडावी. फुलकोबीची लागवड कारण्यासाठी त्याची रोपे गादीवाफ्यांवर तयार करावीत. आपल्या बागेसाठी रोपे ट्रे किंवा लाकडी खोक्यांत करता येतात. बी खात्रीच्या ठिकाणाहून आणावे. १० चौ. मीटर क्षेत्राला ३ ग्रॅम बी पुरते. बी फार बारीक असते. बी टाकल्यानंतर ४ ते ५ आठवड्यांत रोपे लागवडीस योग्य होतात. रोपांची लागवड सरी वरंब्यावर करावी. दोन ओळींतील अंतर ४५ सें. मी. आणि दोन रोपांतील अंतर ४० सें. मी ठेवावे. प्रत्येक ठिकाणी एकच रोप लावावे. रोप लावताना त्याच्या शेंड्याला कसलीही इजा होणार नाही, याची काळजी घ्यावी, कारण फुलकोबीच्या रोपाचा शेंडा दुखावल्यास रोप वाढते, परंतु त्यावर गड्डा धरला जात नाही.

खते

बागेतील २ × ३ मीटर आकाराच्या एका वाफ्यासाठी २ ते ३ घमेली कंपोस्ट खत, ३०० ग्रॅम सुफला जमिनीत टाकून चांगले मिसळावे. मग रोपे लावावीत. रोपलागवडीनंतर एक महिन्याने रोपांना बांगडी पद्धतीने थोडा थोडा यूरिया द्यावा. एका वाफ्यास सुमारे ६० ग्रॅम यूरिया द्यावा.

फुलकोबीचा गड्डा धरू लागल्यानंतर भर द्यावी. त्यामुळे गड्ड्याच्या ओझ्याने रोपे कोलमडत नाहीत. याची मुळे उथळ असल्याने पाण्याच्या पाळ्या वरचेवर नियमित द्याव्यात. फुलकोबीचे पांढरे गड्डे मिळण्यासाठी ते बाहेरच्या बाजूच्या पानांनी झाकावेत. चांगले वाढलेले गड्डे लवकर काढावेत. काढणी लांबल्यास गड्ड्यांचा रंग पिवळसर होऊन त्यांचा घट्टपणा व आकर्षकपणा कमी होतो.

नवलकोल

नवलकोलची भाजी दोन ते अडीच महिन्यांत तयार होणारी असल्याने ती बागेत आवश्य लावावी. ही हिवाळी हंगामात येणारी भाजी आहे. याची भाजी व कोशिंबीर करतात. नवलकोलमध्ये 'अ', 'ब' व 'क' जीवनसत्त्वे पुरेशा प्रमाणात असतात. त्याशिवाय पोटॅशियम, सोडियम, कॅलशियम, फॉस्फरस व सल्फर ही

खनिजेही भरपूर असतात.

सुधारित जाती

लवकर येणाऱ्या जाती : अर्लीव्हाइट, व्हाईट व्हिएन्ना

उशिरा येणाऱ्या जाती : पर्पल टॅप, पर्पल व्हिएन्ना ग्रीन

कोबीप्रमाणे या पिकास चांगला निचरा होणारी मध्यम प्रतीची जमीन निवडावी. आपल्या बागेत याची लागवड चांगली होते. रोपे तयार करून याची लागवड करावी. १० चौ. मीटर क्षेत्राला २ ग्रॅम बी पुरते. रोपे गादीवाफ्यांवर करावीत. सरी वरंब्यावर रोपे लावावीत. दोन ओळींतील अंतर ३० सें. मी. व दोन रोपांतील अंतर २० सें. मी. ठेवावे. एका ठिकाणी एकच रोप लावावे.

खते : २ × ३ मीटर आकाराच्या वाफ्यात सऱ्या करण्यापूर्वी २ ते ३ घमेले कंपोस्ट खत आणि १०० ग्रॅम सुफला (१५ : १५ : १५) खत मातीत चांगले मिसळून द्यावे. लागवडीनंतर एक महिन्याने प्रत्येक रोपास बांगडी पद्धतीने थोडा यूरिया दिल्यानंतर पाणी द्यावे.

या पिकास वरचेवर पाणी द्यावे. दोन ते अडीच महिन्यांत पीक काढणीस तयार होते. गड्डा ५ ते ७ सें. मी. व्यासाचा झाल्यावर कोवळा असतानाच तो काढावा. काढणीला थोडा जरी उशीर झाला, तरी गड्डा जून होऊन त्यात तंतुमय भाग तयार होतो. अशा वेळी संपूर्ण झाड गड्ड्यासह उपटून काढावे.

♦

वेलवर्गीय भाज्या

या वर्गातील भाज्या वर्षभर असतात. विशेषत: उन्हाळ्यात त्या अधिक मिळतात. यांत दोडकी, घोसाळी, दुधी, काकडी, तांबडा भोपळा, कारली, पडवळ, तोंडली, इत्यादी भाज्या येतात. या भाज्यांच्या वेलांना आधार द्यावा लागतो. आधाराला धरून ठेवण्यासाठी त्याला तणावे किंवा बाळ्या असतात. तोंडलीचे पीक अनेक वर्षे त्याच वेलावर घेता येते. इतर पिके वर्षभरच येतात.

आपल्या बागेत आपल्या आवडीप्रमाणे या भाज्यांचे वेल आवश्य लावावेत. कारण लहानशा जागेत वेल लावून भरपूर भाजी घेता येते.

दोडका

दोडक्याची भाजी चवदार असते. दोडक्यात प्रामुख्याने कार्बोहायड्रेट्स असतात. त्याशिवाय त्यात काही प्रमाणात खनिजे असतात.

जाती

दोडक्याच्या स्थानिक जाती भरपूर आहेत. सुधारित काही जातींची माहिती पुढीलप्रमाणे आहे.

१) पुसा नसधर

या जातीस फक्त ६० दिवसांत फळे लागतात. फळे मध्यम आकाराची असतात. फळांचा रंग फिकट हिरवा असतो. आतील गर पिवळसर व घट्ट असतो. फळावर धारी असतात.

२) पंजाब सदाबहार

या जातीची फळे गडद हिरव्या रंगाची व धारीदार असतात. त्यांची लांबी सुमारे

२० सें. मी. असते. तर जाडी ३.५ सें. मी. असते.

या पिकास उष्ण व दमट हवामान मानवते. पावसाळी हंगामासाठी जून-जुलैमध्ये लागवड करावी. तर उन्हाळी हंगामासाठी जानेवारी ते मार्चमध्ये बी लावावे. १० चौ. मीटर क्षेत्राला ५ ग्रॅम बी पुरते. एक मीटर व्यासाच्या आळ्यात ३ बिया रोवाव्यात. नंतर त्यांपैकी जोमदार दोन वेल ठेवावेत. दोन ओळींतील अंतर २ मीटर ठेवावे. वेलाची वाढ झाल्यानंतर आळ्यातील तण काढावे. वेल मांडवावर किंवा इतर काही आधारावर चढवावा.

खते

प्रत्येक आळ्यात बी रोवण्यापूर्वी दोन ओंजळी कंपोस्ट खत, २५ ग्रॅम सुफला (अर्धी हिंगाची डबी) टाकून मातीत चांगले मिसळावे. एक महिन्यानंतर वेलास २५ ग्रॅम यूरिया (अर्धी हिंगाची डबी) बांगडी पद्धतीने देऊन पाणी द्यावे.

बी रोवल्यानंतर साधारणपणे ६० दिवसांनी दोडक्याला फुले येतात. फुले उमलल्यानंतर १२ ते १५ दिवसांत फळे तयार होतात. चांगली वाढलेली कोवळी फळे काढावीत. नखांनी फळावर हळूच दाबल्यावर वण पडल्यास फळ कोवळे समजावे. जून फळात गराचे रूपांतर स्पंजसारख्या पदार्थात होते. ती चवीला चांगली नसतात.

कारली

कारले कडू असले, तरी अनेकांना गोड लागते. त्यात औषधी गुणधर्म आहेत. कारल्यात अ आणि क जीवनसत्त्वे भरपूर असतात. शिवाय प्रोटिन व कार्बोहायड्रेट्सशिवाय लोह, चुना, फॉस्फरस, पोटॅशियम ही खनिजे असतात. त्यातील कडूपणा 'मोमोरडीसीन' या अल्कोलाइटमुळे येतो. कारल्याची सुकी किंवा रश्शाची भाजी, भरलेली कारली असे अनेक प्रकार करतात. कारल्याचे लोणचेही काही जण करतात.

जाती

१) पुसा दो मोसमी

ही जात उन्हाळी व पावसाळी या दोन्ही हंगामांत घेता येते. या जातीचे फळ हिरव्या रंगाचे व लांब असते. या जातीस भरपूर फळे लागतात.

२) कोइमतूर लाँग

पावसाळी लागवडीसाठी ही जात चांगली आहे. या जातीची कारली पांढरी

आणि खूप लांब असतात.

३) अरका हरित

ही जात दोन्ही हंगामात उपयुक्त असली, तरी पावसाळ्यात चांगले उत्पादन मिळते. याचे फळ मध्यम लांबीचे, हिरव्या रंगाचे असते. त्यात गर भरपूर व बिया कमी असतात.

४) बारह मासी

ही जात एकदा लावली, की वर्षभर फळे मिळतात.

कारल्यास दोडक्याप्रमाणे उष्ण व दमट हवामान मानवते. पाण्याचा चांगला निचरा असणाऱ्या जमिनीत याची वाढ चांगली होते.

एक मीटर व्यासाच्या आळ्यात बिया रोवाव्यात. त्यांपैकी फक्त दोन जोमदार वेल ठेवावेत. पावसाळ्यात जून-जुलैमध्ये व उन्हाळ्यात जाने-मार्चमध्ये लागवड करावी. दोन वेलींतील अंतर ०.६ ते १ मीटर ठेवावे. १० चौ. मी. क्षेत्रास ५ ग्रॅम बी पुरेसे होते. बी रोवल्यावर आळे भरून पाणी देऊ नये. कारण त्यामुळे बी कुजून उगवण समाधानकारक होत नाही. कारल्याच्या बियांची साल जाड असल्याने बी कुजण्याची जास्त शक्यता असते. म्हणून सुरुवातीला पाणी बेताचे द्यावे.

सुरुवातीला रोपाभोवतालचे तण काढून, आळे स्वच्छ ठेवून माती भुसभुशीत करावी. त्यामुळे वेल जोमदार वाढेल. वेलीला आधार द्यावा किंवा मांडवावर चढवावा. त्यामुळे अधिक फळे मिळतात.

खते

लागवडीपूर्वी प्रत्येक आळ्यास एक घमेले शेणखत आणि २५ ग्रॅम सुफला घालून ते मातीत चांगले मिसळावे. लागवडीनंतर एक महिन्याने प्रत्येक आळ्यास २५ ग्रॅम यूरिया (हिंगाची आर्धी डबी) देऊन पाणी द्यावे.

सुमारे ७० ते ८० दिवसांनी कारल्याची पहिली तोडणी होते. फळे कोवळी असतानाच ती तोडावीत. वेळेवर तोडणी न झाल्यास त्यांचा रंग पिवळा किंवा नारिंगी होतो. मग ती फुटून त्यांतील बिया गळतात.

घोसाळी

घोसाळीची भाजी कोणास आवडत नाही ? त्याची भजीही करतात. या पिकास जमीन व हवामान कारली, दोडक्याच्या पिकाप्रमाणेच मानवते.

घोसाळीची लागवडही कारली, दोडक्याप्रमाणेच आहे. घोसाळीच्या फारशा सुधारलेल्या जाती नाहीत. पुसा चिकनी ही लवकर येणारी जात आहे. ही जात

लागवडीपासून ४५ दिवसांत फुलावर येते. या जातीची फळे गर्द हिरव्या रंगाची व आकर्षक असतात. प्रत्येक वेलावर १५ पर्यंत फळे मिळतात.

उन्हाळी हंगामाची लागवड जानेवारी ते मार्च महिन्यात करतात. तर पावसाळी हंगामाची लागवड जून-जुलै मध्ये करतात.

एक मीटर व्यासाच्या आळ्यात घोसाळीच्या तीन बिया रोवाव्यात. नंतर जोमदार दोन वेल ठेवून त्यांना कुंपणावर, मांडवावर चढवावे. दोन वेलांतील अंतर २ मीटर ठेवावे. १० चौ. मीटर क्षेत्रासाठी सुमारे ५ ग्रॅम बी लागते. आळ्याची वरचेवर खुरपण करून आळे स्वच्छ ठेवावे. त्यामुळे वेल भरभर वाढतात.

कारली, दोडक्याप्रमाणेच खते द्यावीत. साधारणपणे लागवडीपासून ७० ते ८० दिवसांत फळे तोडणीस मिळतात. फळे कोवळी असतानाच तोडणी करावी.

पडवळ

पडवळाची भाजी, आमटी, कढी, इत्यादी करतात. कोकणात पडवळ अधिक आवडीने लोक खातात. पडवळाची पाने गोलसर असून त्यांवर मऊ लव असते. फळे बरीच लांब असतात. फळांचा रंग हिरवा, फिकट हिरवा असून त्यावर पांढरे पट्टे असतात. पडवळाची फळे आतून पोकळ असतात. त्यांत बिया असतात.

पडवळाच्या खास सुधारित अशा जाती नाहीत. त्यात प्रामुख्याने दोन प्रकार असतात. १) फिकट हिरव्या रंगावर पांढरे पट्टे असलेले वाण, २) गर्द हिरव्या रंगाचे फळ व त्यावर पिवळसर किंवा फिक्कट हिरव्या रंगाचे पट्टे. लॉंग नं. ३०-२-२ ही भरपूर लांबीची सुधारलेली जात आहे.

कारली, दोडका, घोसाळी या पिकांप्रमाणेच पडवळास उष्ण व दमट हवामान मानवते. पाण्याचा चांगला निचरा असणारी कोणत्याही प्रकारची जमीन या पिकास योग्य असते. पावसाळी हंगामात पडवळाचा वेल चांगला जोमात वाढतो. त्यास फळेही भरपूर लागतात. म्हणून पावसाळ्यात याची लागवड फायद्याची ठरते.

जून महिन्यात बियांची टोकण ओलसर जमिनीत करावी. एक मीटर व्यासाच्या आळ्यात तीन बिया रोवाव्यात. नंतर जोमदार दोन वेल ठेवावेत. बियांची उगवण होईपर्यंत पाणी बेताने द्यावे. बी टोकल्यावर आळे किंवा सरी भरून फार पाणी देऊ नये. पडवळाच्या बियांची साल जाड असल्यामुळे पाणी अधिक झाल्यास बी कुजण्याची भीती असते. पडवळाच्या दोन वेलांतील अंतर दोन मीटर ठेवावे. १० चौ. मीटर क्षेत्रास ५ ग्रॅम बी पुरते. कारली, दोडक्याप्रमाणेच खते द्यावीत. पडवळाची फळे ५० ते १०० सें. मी. लांब वाढत असल्याने त्यांना मांडवावर चढविणे आवश्यक आहे. ती सरळ व लांब वाढावीत, म्हणून फळाच्या टोकाला लहान दगड बांधतात. कोवळी फळे काढावीत. ती जून झाल्यास आतून पोकळ होतात.

हाताने हळूच दाबल्यास त्यांचा पोकळपणा जाणवतो.

तोंडली व परवल

प्रत्येक वर्षी बी लावा, वेल वाढवा, हा त्रास नको असेल, त्यांनी आपल्या बागेत तोंडली व परवलचे वेल आवश्य लावावेत. अनेकांना तोंडली माहीत आहेत. पण परवल काय, हे माहीत नसेल. पण तोंडलीप्रमाणे परवलाची फळे असतात. उत्तर भारतात परवल फार लोकप्रिय आहे. गुजरातमध्येही याची लागवड बरीच होते. आपल्या बागेत आपण काही वेल तोंडलीचे व काही परवलचे लावून अनुभव आवश्य घ्यावा. एक नवीन भाजी खाण्यास मिळेल.

तोंडली व परवल यांची लागवड दरवर्षी करावी लागत नाही. कारण या वेलापासून काही वर्षे भाजी घेता येते. तोंडली व परवल यांत 'अ' आणि 'क' जीवनसत्त्वे भरपूर असतात. तसेच, काही कार्बोहायड्रेट्स व खनिजेही असतात. परवल ही फार पौष्टिक भाजी असून ती पचनास फार हलकी व सारक आहे. त्यात बुद्धिवर्धक आणि हृदयविकारास गुणकारी द्रव्ये आहेत.

या दोन्ही भाज्यांची कोवळी फळे भाजी व लोणच्यासाठी वापरतात. तोंडली - भातही करतात. काही लोक कच्चीही खातात.

सुधारलेल्या जाती

या दोन्ही पिकांच्या खास सुधारलेल्या जाती नाहीत. तोंडल्यात दोन जाती आहेत. पहिल्या प्रकारात फळे लहान, जाड, फिकट हिरव्या किंवा गडद रंगाची असतात. दुसऱ्या प्रकारात फळे लांबट, सडपातळ, हिरव्या रंगाची असून त्यावर फिकट पांढऱ्या रंगाच्या, पुसट, उभ्या रेघा असतात. या जातीचे उत्पादन चांगले येते.

परवलाचे फळ मध्यभागी फुगीर व देठाकडे आणि टोकाकडे निमुळते असते. वरची साल थोडीशी टणक असते. बिया मोठया गोल असून त्यांवर बुळबुळीत गर चिकटलेला असतो. परवलामध्ये फळाच्या आकारावरून गोल ते लांबट असे मुख्य दोन प्रकार आहेत. या दोन्ही पिकांना उष्ण व दमट हवामान मानवते. तसेच, त्यांना चांगला निचरा होणारी मध्यम काळी किंवा गाळाची जमीन मानवते.

या दोन्ही भाज्यांची लागवड त्यांच्या फाटे कलमापासून (कटिंग) करतात. तोंडलीसाठी साधारण सहा महिने ते एक वर्ष वयाचे, पेन्सिलीएवढ्या जाडीचे २० ते २५ सें. मी. लांबीचे फांद्याचे कटिंग लावावे. फार कोवळे किंवा फार जून बेणे योग्य नसते. ज्या ठिकाणी असे वेल लावायचे, त्या ठिकाणी ४५ × ४५ सें. मी. आकाराचा खड्डा काढून त्यात २ ते ३ घमेली शेणखत घालावे. तसेच २५ ग्रॅम

सुफलाही त्यात टाकून तो व्यवस्थित भरावा. मे महिन्यात वेलीचा निम्मा भाग खड्ड्यात मध्यभागी पुरून बाजूने माती लावावी. त्यास पाणी द्यावे. तीन - चार आठवड्यानंतर तो वाढू लागतो. त्यास आधार देऊन मांडवावर किंवा कुंपणावर चढवावे.

परवलाची लागवडही कटिंगपासून करतात. त्याचे कटिंग ऑक्टोबर महिन्यात काढावे. एक वर्षाच्या जून फांदीपासून ६० सें. मी. लांबीचे कटिंग काढून ते रोपमळ्यात लावावे. दोन ते तीन महिन्यांत त्यास मुळे फुटतात. मग ते कायम जागी लावावे. या दोन्ही भाज्यांची लागवड आळे पद्धतीने करावी. दोन वेलांतील अंतर ३ मीटर ठेवावे. परवलचा वेलही मांडवावर किंवा कुंपणावर चढवावा.

वेलाची लागवड करताना प्रत्येक आळ्यात चांगले कुजलेले सुमारे १० किलो शेणखत टाकून मातीत मिसळावे. दर चार महिन्यांनी त्यांना नत्र द्यावे.

आळ्यातील तण वरचेवर काढून माती भुसभुशीत ठेवावी. त्यामुळे वेल लवकर वाढतो.

दरवर्षी जानेवारी महिन्यात वेलांची छाटणी करावी. छाटणीपूर्वी दोन महिने पाणी बंद करून वेलांना पूर्ण विश्रांती द्यावी. छाटणीनंतर सुरुवातीला थोडे थोडे पाणी द्यावे.

कटिंग लावल्यापासून सुमारे ८ आठवड्यांनी फुले येतात. तर २ ते ४ आठवड्यांनी फळे तोडणीस येतात. फळांचा पहिला बहार मार्च ते जूनमध्ये आणि दुसरा बहार पावसाळ्याच्या सुरुवातीपासून ऑक्टोबरपर्यंत चालतो.

फळे कोवळी असतानाच तोडावीत. एक दिवस आड किंवा आठवड्यातून दोन वेळा तोडणी करावी.

काकडी

उन्हाळ्यात काकडी कोणास नको असते ? काकडीची कोशिंबीर तर बहुतेकांना आवडते. काकडीत ९६.३% पाणी असते. त्यामुळेच उन्हाळ्यात ती सर्वांना हवीशी वाटते. काकडीत शरीराला आवश्यक असे फॉस्फरस, चुना, लोह, पोटॅशियम, सोडियम व इतर खनिजे असतात.

सुधारित जाती

१) खिरा : पूना खिरा ही यांपैकी प्रसिद्ध जात आहे. त्याशिवाय मावळ काकडी, पनवेल काकडी हे वाण या जातीत येतात. या प्रकारात फळावर किंचित खोलगट वण असतात. त्याच्या मधोमध बारीक काटे असतात.

२) हिरवी काकडी : या काकडीची फळे हिरवी व लांबट असतात. त्यांची

वरची साल पातळ, चकचकीत व आकर्षक असते. कोल्हापूर भागात उसात ही काकडी लावतात.

काकडी उन्हाळ्यात चांगली येते. काकडीसाठी चांगल्या निचऱ्याची मध्यम किंवा भारी जमीन चांगली असते. पावसाळी हंगामातील पीक मे-जून मध्ये घेतात. तर हिवाळी काकडीची लागवड ऑक्टोबर - नोव्हेंबरमध्ये करावी. बागेतील लागवड आळे पद्धतीने करावी. त्यासाठी एक आळे करून त्यात चांगले कुजलेले शेणखत टाकून मिसळावे. मग प्रत्येक आळ्यात ४ ते ५ बिया रोवाव्यात. १० चौ. मीटर क्षेत्रासाठी सुमारे ३ ग्रॅम बी लागते. सर्व बी उगवून आल्यावर दोन ते तीन रोपे ठेवून बाकीची रोपे काढून टाकावीत.

वेल लहान असेपर्यंत खुरपणी करून तण काढावे. वेल जमिनीवर पसरू द्यावा. बी टोकल्यापासून सुमारे ३५ ते ४० दिवसांनी फळे येतात. कोवळी फळे तोडावीत. दोन ते चार दिवसांनी फळांची तोडणी करावी. खिरा काकडीवर तपकिरी रंग दिसू लागल्यास ती जून झाली, असे समजावे. म्हणून त्यापूर्वीच तिची काढणी करावी.

◆

दुधी भोपळा, तांबडा भोपळा

दुधी भोपळ्याचा हलवा किती छान लागतो, हे सांगण्याची जरुरी नाही. त्याशिवाय त्याची भाजी अनेकांना आवडते. तांबडा भोपळा साठवणीत पुष्कळ दिवस राहतो. त्याची भाजीही चांगली होते. भाजीशिवाय त्यापासून अनेक खाद्यपदार्थ तयार करतात.

तांबड्या भोपळ्यात 'अ' व 'क' जीवनसत्त्वे, भरपूर असतात. त्याशिवाय खनिजे व क्षार ही पोषक द्रव्येही बरीच असतात.

दुधी भोपळ्यात 'क' जीवनसत्त्व, कार्बोहायड्रेट्स व खनिजे भरपूर असतात. दुधी भोपळा पचनास हलका असतो. त्यात सारक गुणधर्म आहेत.

उन्हाळी हंगामात भाज्यांची कमतरता असते. त्या वेळी दुधी भोपळा व तांबडा भोपळा मिळू लागतो. त्यामुळे त्यांना चांगला दर येतो. या दोन्ही भाज्यांचे वेल फार वाढतात.

दुधी भोपळा जाती

१) पुसा समर प्रॉलिफिक लाँग : नावाप्रमाणेच या जातीचे कोवळे फळ ४० ते ५० सें. मी. लांब आणि २० ते २५ सें. मी. जाडीचे असते. फळाचा रंग पिवळसर हिरवा असतो. उन्हाळी हंगामासाठी ही जात चांगली आहे.

२) पुसा समर प्रॉलिफिक राऊंड : या जातीची फळे गोल आकाराची असतात. त्यांचा परीघ १५ ते १८ सें. मी. असतो. फळे हिरव्या रंगाची असतात. उन्हाळ्यात या जातीचे चांगले उत्पादन येते.

यांशिवाय पुसा मेघदूत आणि पुसा मांजरी या संकरित जाती आहेत. पुसा मेघदूत फळ लांब व फिकट हिरव्या रंगाचे असते. तर पुसा मांजरीचे फळ गोल फिकट हिरवे असते. वरील दोन जातींपेक्षा या संकरित जातींचे उत्पादन दुप्पट येते.

तांबडा भोपळा

तांबड्या भोपळ्याच्या बहुतेक स्थानिक जाती लावल्या जातात. त्यांत लांब, गोल किंवा किंचित चपट्या आकाराची फळे असलेले प्रकार असतात. काही प्रमुख जाती पुढीलप्रमाणे आहेत.

१) अरकाचंदन : २.५ ते ३.५ किलो वजनाचे मध्यम गोल आकाराचे फळ या जातीचे असते. ते दोन्ही बाजूंनी किंचित दबलेले असते. याच्या सालीचा रंग तपकिरी असून फळ तयार होताना त्यावर फिकट पिवळसर रंगाचे चट्टे असतात. याचा गर घट्ट, नारिंगी रंगाचा असून त्याची चव चांगली असते. या जातीचे भरपूर उत्पादन मिळते.

२) सी. ओ. १ : या जातीची फळे मोठी म्हणजे ७ ते ८ किलो वजनाची असतात. फळे गोल व आकर्षक असतात. ही जात उशिरा तयार होते.

चांगल्या निचऱ्याच्या मध्यम ते भारी जमिनी या पिकास मानवतात. या दोन्ही भाज्या उन्हाळी व खरीप हंगामांत करतात. कारण उष्ण व दमट हवामानात ही पिके चांगली वाढतात. उन्हाळी हंगामासाठी जानेवारी ते मार्चमध्ये लागवड करावी. तर पावसाळी हंगामात जून - जुलै मध्ये लागवड करतात.

लागवडीसाठी आळे तयार करून, त्यात एक घमेले शेणखत व २५ ग्रॅम (अर्धी हिंगाची डबी) सुफला मिश्रखत घालावे. मग त्यात २ ते ३ बिया रोवाव्यात. वेल वाढल्यानंतर त्यांतील दोन जोमदार वेल ठेवावेत. १० चौ. मीटर क्षेत्रास सुमारे ५ ग्रॅम बी लागते. साधारण ओलसर जमिनीत बी टोकावे. बी टोकल्यानंतर हलके पाणी द्यावे. आळे करून फार पाणी दिल्यास बी कुजण्याची शक्यता असते. म्हणून उगवण होईपर्यंत बेताने पाणी द्यावे.

वरील वेलाला फुले धरल्यावर अर्धी हिंगाची डबी यूरिया आणि फळे धरू लागली, म्हणजे तेवढाच यूरिया द्यावा. ही खते बांगडी पद्धतीने द्यावीत. खत दिल्यावर लगेच पाणी द्यावे.

वरचेवर खुरपणी करून, आळ्यातील तण काढून, आळी स्वच्छ ठेवावीत. त्यामुळे वेल लवकर व जोमाने वाढतात. दुधी भोपळ्याच्या वेलांना अधार देऊन ते कुंपणावर किंवा मांडवावर चढवावेत. तांबड्या भोपळ्याचे वेल जमिनीवर पसरू द्यावेत.

दुधी भोपळ्याची कोवळी फळे काढावीत. त्यावर नखांनी हळूच दाबले असता नखाचे वण उमटल्यास फळ कोवळे असते. तांबडे भोपळे पूर्ण तयार झाल्यानंतर काढावेत. फळ तयार झाले म्हणजे त्यांचे देठ सुकतात. फळांचा रंग बदलून तो पिवळसर किंवा नारिंगी पिवळा होतो.

◆

कंद व मूळ भाज्या

गाजर

गाजराची भाजी फार लोक करीत नसले, तरी गाजराची कोशिंबीर सर्वांच्या आवडीची आहे. कच्ची गाजरेही खाणारे अनेक आहेत. गाजरात 'अ' जीवनसत्त्व भरपूर असते. त्यामुळे आपण नेहमी गाजरे खाल्ल्यास आपले डोळे चांगले राहतात. गाजरात 'ब' आणि 'क' जीवनसत्त्वेही बरीच असतात. त्यांशिवाय तांबे, चुना, लोह, पोटॅशियम, इत्यादी खनिजेही त्यात असतात. आहाराच्या दृष्टीने गाजराला फार महत्त्व आहे. गाजराचा हलवा किती चवीष्ट लागतो, हे सांगायला नको. मोरंबा, कँडी व लोणचे हे टिकाऊ पदार्थही गाजरापासून करतात.

जाती

पुसा केशर : गाजराची ही एक चांगली सुधारित जात आहे. या जातीत कठीण भाग अगदी कमी आणि लाल रंगाचा असतो. या जातीत पानांची वाढ कमी होते. काढणीला आल्यानंतरही या जातीची गाजरे एक महिनाभर चांगली राहू शकतात. स्थानिक जातीत तसे होत नाही.

हे पीक जमिनीत वाढत असल्याने मध्यम ते खोल, भुसभुशीत आणि पाण्याचा चांगला निचरा होणारी जमीन या पिकास मानवते.

आपल्याकडे गाजराची वर्षभर लागवड करता येते. तथापि, पावसाळी व हिवाळी या हंगामांत लागवड अधिक चांगली होते. हिवाळी हंगामातील गाजर अधिक गोड, चांगल्या प्रतीचे असते. सर्व प्रकारच्या कंदमुळांना जमीन भुसभुशीत लागते. त्याशिवाय त्यांच्या कंदांची वाढ चांगली होत नाही. म्हणून ज्या ठिकाणी गाजर घ्यावयाचे, त्या ठिकाणची जमीन चांगली भुसभुशीत करून सरी - वरंबे

तयार करावेत. मग त्यांवर गाजराचे बी टाकावे. दोन ओळींतील अंतर २० सें. मी. व दोन रोपांतील अंतर १० सें. मी. ठेवावे. गाजराचे बी उगवून येण्यास १२ ते १५ दिवस लागतात. म्हणून लवकर बी उगवण्यासाठी ते टोकण्यापूर्वी २४ तास पाण्यात भिजत ठेवावे.

टोकण दाट झाली असल्यास विरळणी करून योग्य अंतरावर रोपे ठेवावीत. खुरपणी करून तण काढावे. बी टोकल्याबरोबर पहिले पाणी द्यावे. जमिनीच्या मगदुराप्रमाणे पाणी द्यावे. मात्र पाणी जास्त झाल्यास पानांची वाढ जास्त होऊन गाजर चवीला चांगले लागत नाही. म्हणून योग्य तेवढेच पाणी द्यावे.

खते

आपल्या बागेतील २ × ३ मीटर आकाराच्या वाफ्यास २ घमेली कंपोस्ट खत आणि २०० ग्रॅम सुफला (चार हिंगाच्या डब्या) घालून ते मातीत चांगले मिसळावे. बी उगवणीनंतर सुमारे तीन आठवड्यांनी एका वाफ्यास ६० ग्रॅम यूरिया द्यावा.

बी टोकल्यापासून १०० ते १२० दिवसांत गाजरे काढणीला येतात. काढणी अगोदर २ - ३ आठवडे पाणी बंद करावे. त्यामुळे गाजरे चांगली तयार होतात.

मुळा

फार थोड्या दिवसांत तयार होणारी भाजी हवी असेल, तर मुळा अवश्य लावावा. मुळ्याची, त्यांच्या पानांची भाजी केली जाते. कोशिंबीरही चवदार असते.

मुळ्यात 'अ' आणि 'क' जीवनसत्त्वे असतात. त्यांशिवाय चुना, फॉस्फरस, पोटॅशियम ही खनिजेही असतात. खरे तर, मुळ्याच्या पानांत जीवनसत्त्वे अधिक असतात. मुळ्यात सारक गुण असल्याने बद्धकोष्ठता असणाऱ्यांना मुळ्याचा चांगला उपयोग होतो.

जाती

१) जॅपनीज् व्हाईट : या जातीचे मुळे सारख्या जाडीचे ३० ते ४० सें. मी. लांब, पांढऱ्या रंगाचे आणि कमी तिखट असतात. थंड हवामानात ही जात चांगली येते. ४५ दिवसांत या जातीचे मुळे तयार होतात.

२) पुसा देशी : या जातीचे मुळे तिखट असतात. पांढऱ्या रंगाचे ३० ते ४० सें. मी. लांबीचे, निमुळत्या आकाराचे हे मुळे असतात. ऑगस्टमध्ये याची लागवड अधिक योग्य असते.

३) पुसा चेतकी : या जातीचा मुळा पांढरा शुभ्र असतो. तो कमी तिखट असून ४० ते ४५ दिवसांत तयार होतो. मार्च, ऑगस्ट या महिन्यांत लागवडीसाठी

ही जात चांगली आहे.

४) पुसा हिमानी : या जातीचा मुळा पांढऱ्या रंगाचा, सारख्या जाडीचा, कोवळा व चवीला गोड असतो. मुळ्याची लांबी ३० ते ३५ सें. मी. असते. हिवाळ्यातील लागवडीसाठी ही जात चांगली आहे.

आपल्या हंगामात मुळ्याचे पीक वर्षभर घेता येते. तथापि, सप्टेंबर ते जानेवारी या हंगामात मुळ्याचे अधिक उत्पादन मिळते. निरनिराळ्या हंगामासाठी निरनिराळ्या जाती चांगल्या असतात. त्यानुसार जातीची निवड करावी. मध्यम ते खोल, भुसभुशीत किंवा रेताड जमिनीत मुळा चांगला येतो. त्यासाठी चांगली मशागत केलेल्या जमिनीत सरी - वरंब्यावर मुळ्याची लागवड करावी. कोबी, फ्लॉवर, वांगी अशा पिकांतून मुळ्याचे आंतरपीकही घेता येते. दोन ओळींतील अंतर ८ ते १० सें. मी. असावे. ओलसर जमिनीत प्रत्येक ठिकाणी २ ते ३ बिया टोकाव्यात. १० ते १५ दिवसांच्या अंतराने मुळ्याची लागवड केल्यास वर्षभर पुरवठा होऊ शकतो.

खते

लागवडीसाठी २ × ३ मीटर आकाराचे वाफे करताना त्यात २ ते ३ घमेली कंपोस्ट खत आणि २०० ग्रॅम (चार हिंगाच्या डब्या) सुफला देऊन ते मातीत चांगले मिसळावे. लागवडीनंतर २० ते २५ दिवसांनी ५० ग्रॅम (हिंगाची एक डबी) यूरिया खत देऊन पाणी द्यावे.

मुळ्यांची वाढ चांगली होण्यासाठी त्यास मातीची भर द्यावी. उन्हाळ्यात ४ ते ५ दिवसांनी आणि हिवाळ्यात १० ते १५ दिवसांनी पाणी द्यावे. जातीनुसार मुळ्याचे पीक ४० ते ४५ दिवसांत तयार होते. कोवळे मुळे पानांसह उपटून काढावेत.

बीटरूट

मुळा, गाजर यांप्रमाणे कोशिंबिरीत बीटरूटलाही चांगले स्थान मिळाले आहे. मोठ्या हॉटेलांतून सॅलडसाठी त्याचा वापर होतो. आता घरातही त्याचा वापर वाढला आहे. त्यासाठी आपल्या बागेत बीटरूट लावायला पाहिजे.

बीटरूटमध्ये 'क' जीवनसत्त्व बरेच असते. त्याचबरोबर फॉस्फरस, पोटॅशियम, चुना, लोह, इत्यादी द्रव्ये भरपूर प्रमाणात असतात.

आपल्या हवामानात क्रिमझन ग्लोब आणि डेट्रॉइट डार्क रेड या जाती चांगल्या येतात.

प्रामुख्याने हे हिवाळी हंगामातील पीक असले, तरी आपल्याकडे खरीप

हंगामातही याची लागवड होऊ शकते. मुळा व गाजर या पिकांप्रमाणेच या पिकाला भुसभुशीत व चांगला निचरा असणारी जमीन निवडावी. सरी - वरंब्यावर लागवड करावी. दोन ओळींत ३० ते ४५ सें. मी. आणि दोन रोपांत १५ ते २० सें. मी. अंतर ठेवावे. बी १२ तास पाण्यात भिजवून लावल्यास उगवण चांगली होते.

खते

बागेतील २×३ मीटर आकाराच्या वाफ्यात दोन घमेली कंपोस्ट खत व १०० ग्रॅम सुफला (दोन हिंगाच्या डब्या) मिश्रखत घालून ते मातीत चांगले मिसळावे. मग सरी - वरंबे करून लागवड करावी. लागवडीनंतर २५ ते ३० दिवसांनी प्रत्येक वाफ्यास ८० ग्रॅम यूरिया देऊन पाणी द्यावे.

बी लावल्यापासून ७५ दिवसांत बीटरूट काढणीस येतात. त्यांची मुळे आतून स्पंजासारखी होण्यापूर्वीच त्याची काढणी करावी.

बटाटा

बटाट्याची भाजी कोणी कधी खाल्ली नाही, असे सांगणे फार अवघड आहे. कारण बटाट्याची भाजी बहुतेक सर्वांना आवडते. बटाटा हा एक संपूर्ण आहार आहे. जगातील सर्व देशांत बटाटा लोकप्रिय आहे. स्निग्ध पदार्थ सोडला, तर चौरस आहारात आवश्यक असलेली सर्व पोषक द्रव्ये बटाट्यात पुरेशा प्रमाणात असतात. बटाट्यापासून भरपूर कार्बोहायड्रेट्स् मिळतात. त्याशिवाय शरीरास आवश्यक अशी प्रथिने, चुना, फॉस्फरस, लोह यांसारखी खनिजे आणि 'ब' आणि 'क' जीवनसत्त्वे भरपूर प्रमाणात मिळतात.

जाती

१) कुफरी चंद्रमुखी : ८० ते १०० दिवसांत येणारी ही एक चांगली जात आहे. या जातीचे बटाटे लांब, गोल व फिकट पांढुरके असतात. बटाटा चिप्ससाठी ही जात चांगली असते.

२) कुफरी लवकर : कुफरी चंद्रमुखीपेक्षाही लवकर म्हणजे७५ ते ८० दिवसांत ही जात तयार होते. खरीप व रब्बी अशा दोन्ही हंगामांत तयार होणारी ही एक उत्तम जात आहे. या जातीचे बटाटे मोठे, पांढरे व आकर्षक असतात.

याशिवाय कुफरी सिंधुरी, कुफरी बादशाह, कुफरी ज्योती या जातीही चांगल्या आहेत.

बटाट्याचे बेणे लावल्यावर साधारण उष्ण हवामान व बटाटे पोसण्याच्या काळात थंड हवामान या पिकास मानवते. बटाट्यास उत्तम निचऱ्याची, भुसभुशीत

व कसदार जमीन मानवते. लागवडीपूर्वी जमिनीची चांगली मशागत करावी. खरिपाची लागवड जून-जुलै महिन्यांत करावी. तर रब्बी हंगामाची लागवड ऑक्टोबर - नोव्हेंबर मध्ये करावी.

आपणांस बागेत २ × ३ मीटर आकाराच्या वाफ्यात लागवड करावयाची असल्यास जमीन चांगली उकरून घ्यावी. तीत २ ते ३ घमेली कंपोस्ट खत व २०० ग्रॅम सुफला (१५ : १५ : १५) चांगले मिसळावे. मग ४५ सें. मी. किंवा ६० सें. मी. अंतरावर सरी - वरंबे करावेत. त्यांत अनुक्रमे ३० सें. मी. किंवा २० सें. मी. वर सरींत बटाट्याची लागवड करावी.

आपणांस ज्या जातीची लागवड करावयाची आहे, त्याचे खात्रीचे बियाणे मिळवावे. २ × ३ मीटर क्षेत्रासाठी ५०० ते ६०० ग्रॅम बियाणे लागते. प्रत्येक तुकड्यावर २ ते ३ डोळे येतील, अशा तऱ्हेने बियाण्याच्या बटाट्याचे ३ ते ४ सें. मी. आकाराचे तुकडे कापावेत. हे तुकडे डोळे वर करून सरीत लावावेत. लागवडीनंतर हलकेसे पाणी द्यावे.

बटाट्याची मुळे जमिनीच्या वरच्या भागात वाढतात. म्हणून त्यास थोडे थोडे पाणी कमी अंतराने द्यावे. पाणी जास्त झाल्यास बेणे कुजते. संपूर्ण सऱ्या - वरंब्या बुडतील, असे पाणी देऊ नये. तर जमीन ओलसर राहील, अशा बेताने वरंबे पाण्यात २/३ बुडतील, एवढे पाणी द्यावे.

लागवडीनंतर एक महिन्याने वाफ्यातील सरीत ५० ग्रॅम (एक हिंगाची डबी) यूरिया टाकून पाणी द्यावे. खुरपणी करून वाफ्यातील तण काढावे. यूरिया देताना झाडांना मातीची भर द्यावी. ही माती वरंब्याची घ्यावी. त्यामुळे सरीचे ठिकाणी वरंबे व वरंब्याचे ठिकाणी सरी येईल. मातीची भर वरचेवर द्यावी. बटाटे मातीबाहेर येणार नाहीत, याची काळजी घ्यावी. त्यास ऊन लागल्यास त्यांचा रंग हिरवा होतो.

जातीप्रमाणे बटाटे ७५ ते १०० दिवसांत तयार होतात. बटाट्याची पाने पिवळी पडून ती सुकेपर्यंत जमिनीत बटाटे पोसतात. काढणीपूर्वी बटाट्याचे पाणी बंद करावे. जमीन पूर्ण सुकल्यावर बटाटे काढावेत. जमीन ओलसर असताना बटाटे काढल्यास त्यांची साल खरचटली जाते. त्यामुळे बटाटे नासतात.

कांदा

'कांदा - भाकरी' खाऊन अनेक गरिबांचे जेवण संपते. इतका महत्त्वाचा कांदा आहे. आपल्या दररोजच्या अनेक भाज्यांत कांदा घालतात. कांदा भजी कोणाला आवडत नाहीत ? कांद्याच्या पातीचीही भाजी करतात. कोशिंबीर, चटणी, लोणची तर कांद्याशिवाय होत नाहीत.

जाती

१) पुसा रेड : या कांद्याचा रंग लाल असून तो मध्यम आकाराचा असतो. तो बरेच दिवस साठवणीत राहतो.

२) एन् -५३ : या जातीचा कांदा जांभळसर लाल रंगाचा असतो. तो मध्यम मोठा, गोल, चपट्या आकाराचा असतो. खरिपात ही जात चांगली येते.

३) एन् - २-४-१ : या जातीचा कांदा गडद लाल रंगाचा, मध्यम आकाराचा व गोल असतो. तो साठवणीत चांगला टिकतो. रब्बी हंगामासाठी ही जात चांगली आहे.

४) एन् - २५७-९-१ : या जातीचा कांदा पांढरा असतो. तो गोल चपट्या आकाराचा असतो. ही जात रब्बी हंगामास चांगली आहे.

मध्यम ते साधारण कसदार जमीन कांद्याला चांगली असते. ओलावा धरून ठेवणारी भुसभुशीत जमीनही चांगली असते. कांद्याची लागवड खरीप, रब्बी व उन्हाळी अशा तिन्ही हंगामांत करतात. खरिपातील लागवड जून ते ऑक्टोबर, रब्बीची ऑक्टोबर - जानेवारी आणि उन्हाळी जानेवारी - जून अशी वर्षभर लागवड होते.

आपल्या बागेत लागवड करताना चांगल्या तयार केलेल्या जमिनीत २ × ३ मीटर आकाराचे वाफे करावेत. त्यांत २ ते ३ घमेली कंपोस्ट खत आणि २०० ग्रॅम सुफला टाकून ते मातीत चांगले मिसळावे.

कांदा लागवडीसाठी रोप तयार करावे लागते. आपल्या २ × ३ मीटर आकाराच्या वाफ्यासाठी १० ग्रॅम बियाण्याचे रोप पुरेसे होईल. हे रोप गादीवाफ्यावर किंवा ट्रे मध्ये तयार करावे. खरीप कांद्याची रोपे ४ ते ५ आठवड्यांत व रब्बीची ६ ते ७ आठवड्यांत लागवडीसाठी तयार होतात. २० ते ३५ सें. मी. उंचीची रोपे लागवडीसाठी योग्य असतात. वाफ्यातून रोपे काढण्यापूर्वी त्यांना पाणी द्यावे.

वाफ्यात लागवड करताना रोपांची मुळे किंवा शेंडे खुडावेत. खरिपात १५ × २० सें. मी. वर आणि रब्बी व उन्हाळ्यात १२.५ × ७.५ सें. मी. अंतरावर रोपे लावावीत. रोपे कोरड्या जमिनीत लावून नंतर लगेच हलके पाणी द्यावे.

पीक सुमारे एक महिन्याचे झाल्यानंतर २ × ३ मीटर आकाराच्या वाफ्यात १०० ग्रॅम यूरिया देऊन तो मातीत चांगला मिसळावा. मग पाणी द्यावे. कांद्याला वेळेवर पाणी देणे महत्त्वाचे असते. कांदा पोसायला लागल्यावर पाणी कमी पडल्यास त्यात जोडकांद्याचे प्रमाण वाढते.

लागवडीनंतर खुरपणी करून तण काढावे. कांद्याचे पीक ३ ते ५ महिन्यांत काढणीस येते. कांदा तयार झाला, म्हणजे पान पिवळसर होऊन गड्ड्याच्या वर

आपोआप वाकून मोडते. अशा वेळी कांदे काढावेत.

लसूण

कांद्याच्या जोडीला आपल्या बागेत लसूण हवा. कारण भाजीत कांदा व लसूण घालण्याची आपली पद्धत आहे. चटणी, लोणचे, टोमॅटो केचअप, इत्यादीमध्ये लसूण घालतात. लसूण हा औषधी आहे. पोटाचे विकार, खोकला, कान व डोळ्यांचे रोग, इत्यादींमध्ये लसूण गुणकारी औषध आहे. लसणात 'क' जीवनसत्त्व, स्निग्ध पदार्थ आणि गंधक यांचे प्रमाण बरेच असते. याशिवाय लसणात स्फुरद, पालाश, चुना व मॅग्नेशियम, इत्यादी खनिजे भरपूर असतात.

लसणाच्या फारशा सुधारित जाती नाहीत. सी ओ -२ ही एक सुधारित जात आहे. या जातीचे गड्डे पांढरे व आकर्षक असतात.

लसणास थंड हवा मानवत असल्याने त्याची लागवड रब्बी हंगामाच्या सुरुवातीला म्हणजे सप्टेंबर ते नोव्हेंबरमध्ये करतात. थंडी सुरू होण्याच्या आगोदर लसणाची उगवण होऊन पात वाढीला लागली पाहिजे.

कांद्याप्रमाणेच लसणाला मध्यम ते कसदार आणि भुसभुशीत जमीन लागते. पाण्याचा चांगला निचरा होणारी जमीन असावी. आपल्या बागेत २ × ३ मीटर आकाराचा वाफा तयार करावा. त्यात २ ते ३ घमेली शेणखत घालावे. तसेच २०० ग्रॅम सुफला (१५ : १५ : १५) द्यावे. ही खते मातीत चांगली मिसळावीत. अशा वाफ्यात लसणाच्या पाकळ्या किंवा कुड्या लावून लागवड करतात. दोन ओळींतील अंतर १५ सें. मी. व दोन रोपांतील अंतर ७.५ सें. मी. ठेवावे. एका ठिकाणी लसणाची एक पाकळी टोकावी. कोरड्या जमिनीत टोकण करून लगेच पाणी द्यावे. २ × ३ मीटर वाफ्यासाठी २० ते ३० ग्रॅम बी पुरते.

पीक एक महिन्याचे झाल्यानंतर २ × ३ मीटरच्या वाफ्यास १०० ग्रॅम यूरिया द्यावा. तो मातीत चांगला मिसळून पाणी द्यावे. वाफ्यातील तण वरचेवर काढावे.

साधारणपणे पाच महिन्यांत लसणाचे पीक तयार होते. पात पिवळी पडून सुकायला लागली की पीक तयार झाले, असे समजावे. मग कुदळीने गड्डे पातीसह जमिनीतून काढावेत. ते ४ - ५ दिवस उन्हात ठेवून पातीसह त्याच्या जुड्या बांधून ठेवाव्यात.

♦

पालेभाज्या, कोथिंबीर

कोथिंबिरीशिवाय भाजी, आमटी यांना चव येत नाही. कोथिंबिरीच्या वड्या व चटणी कोणास आवडत नाही ? आपणांस दररोज स्वयंपाकात कोथिंबीर हवी. म्हणून आपल्या बागेत तिची लागवड पाहिजे. कोथिंबीर औषधी आहे. तसेच, तिच्यात आहाराच्या दृष्टीनेही महत्त्वाचे घटक आहेत. प्रथिने, कार्बोहायड्रेट्स, लोह, चुना, इत्यादी द्रव्यांचे प्रमाणही कोथिंबिरीत बरेच असते.

कोथिंबिरीच्या खास सुधारलेल्या जाती नाहीत. जे बियाणे (धने) वापरावयाचे असतील, ते नवीन असावेत. जुने धने उगवत नाहीत. वर्षभर कोथिंबीर येते.

बागेत कोथिंबिरीच्या लागवडीसाठी २ × ३ मीटर आकाराचे वाफे करावेत. अशा वाफ्यांत एक घमेले कंपोस्ट खत आणि २०० ग्रॅम सुफला (१५ : १५ : १५) टाकून ते मातीत चांगले मिसळावे. मग वाफ्यांत २० सें. मी. अंतरावर खुरप्याने रेघा आखून त्या थोड्याशा खोलीवर पाडाव्यात. अशा रेषांत ताजे धने टाकावेत. मात्र त्यापूर्वी हे धने दगडाने किंवा इतर वस्तूने दाबून त्याचे दोन भाग करावेत. २ × ३ मीटर आकाराच्या वाफ्यास ७५ ग्रॅम धने लागतात. धने टाकल्यानंतर ते मातीने झाकून पाणी द्यावे.

लागवडीनंतर सुमारे तीन आठवड्यांनी ६० ग्रॅम यूरिया मातीत मिसळून वाफ्यास द्यावा. पीक तीन आठवड्यांचे झाल्यानंतर १० लिटर पाण्यात २५ ग्रॅम यूरिया मिसळून त्याची फवारणी कोथिंबिरीवर करावी. त्यामुळे कोथिंबिरीस गडद हिरवा रंग येतो. तिची वाढ जोमदार होऊन पाने मोठी होतात.

इतर भाज्यांच्या पिकांत मिश्रपीक म्हणूनही कोथिंबीर घेता येते. ४० ते ४५ दिवसांत कोथिंबीर काढावी. आठवड्याच्या अंतराने कोथिंबीरीची लागवड केल्यास आपणांस वर्षभर कोथिंबीर मिळते.

मेथी

कमी जागेत, कमी श्रमात, कमी दिवसांत पालेभाज्यांचे पीक घेता येते. आरोग्याच्या दृष्टीनेही त्यांना फार महत्त्व आहे. कारण त्या पचायला हलक्या व सारक असतात.

पालेभाज्यांत मेथी ही सर्वांची आवडती भाजी आहे. मेथीची भाजी पाचक असते. मेथीमुळे यकृत व प्लीहा कार्यक्षम होतात. त्यामुळे पचनक्रिया सुधारते. मेथीत 'अ', 'ब' आणि क जीवनसत्त्वे भरपूर असतात. यांशिवाय प्रथिने, मॅग्नेशियम, फॉस्फरस, पोटॅशियम, लोह, चुना, इत्यादी द्रव्येही भरपूर असतात.

जाती

पुसा अर्ली ब्रँचिंग, नं. ४७, कस्तूरी मेथी या मेथीच्या सुधारलेल्या जाती आहेत. त्याशिवाय कसुरी जात आहे. पण ती उशिरा म्हणजे १६५ दिवसांत तयार होते.

मेथीला पाण्याचा चांगला निचरा होणारी मध्यम ते कसदार जमीन मानवते. मेथीला थंड हवामान मानवत असले, तरी तिचे पीक वर्षभर घेता येते. भाजी सतत मिळण्यासाठी आठवड्याच्या अंतराने त्याची पेरणी करावी.

आपल्या बागेत मेथीची लगवड करण्यासाठी २ × ३ मीटर आकाराचे वाफे करावेत. या वाफ्यात १ घमेले कंपोस्ट खत आणि २०० ग्रॅम सुफला (१५ : १५ : १५) घालून ते मातीत चांगले मिसळावे. वाफ्यात खुरप्याने १५ सें. मी. अंतरावर २ सें. मी. खोलीच्या ओळी कराव्यात. या ओळींत मेथीचे बी पेरावे. ते लगेच मातीने झाकावे. त्यास पाणी द्यावे. या आकाराच्या वाफ्यास १०० ग्रॅम बियाणे पुरते.

लागवडीनंतर ३ ते ४ दिवसांत बी उगवते. १५ दिवसांनी खुरपणी करून या वाफ्यास १०० ग्रॅम यूरिया मातीत मिसळून द्यावा. मग पाणी द्यावे. त्यानंतर २० दिवसांनी १० लिटर पाण्यात २५ ग्रॅम यूरिया मिसळून हे द्रावण वाफ्यावर फवारावे. त्यामुळे मेथीची वाढ चांगली होते. मेथीची भाजी ४० ते ४५ दिवसांत तयार होते. भाजी कोवळी असतानाच ती मुळांसह उपटून काढावी.

पालक

पालकाची भाजी फार पौष्टिक असून, त्यात 'अ' आणि 'क' जीवनसत्त्वे भरपूर असतात. त्यांशिवाय त्यात प्रथिने, चुना, लोह आणि इतर खनिजे भरपूर असतात. भाजी, आमटी, सूप, भजी, इत्यादींसाठी पालकाचा उपयोग करतात.

जाती

१) पुसा ज्योती : या जातीची पाने मोठी, जाड, लुसलुशीत, कोवळी असतात. ही जात लवकर फुलांवर येत नाही. या जातीच्या हिवाळ्यात ६ ते ८ कापण्या मिळतात.

२) ऑलग्रीन : या जातीची पाने सारख्या आकाराची कोवळी व हिरवीगार असतात. हिवाळ्यात १५ ते १८ दिवसांच्या अंतराने या जातींच्या ६ ते ७ कापण्या करता येतात.

पालकाला थंड हवामान मानवत असले, तरी आपल्याकडे उन्हाळ्याचे एकदोन महिने सोडल्यास वर्षभर लागवड करता येते. भाजी सतत मिळण्यासाठी १० ते १५ दिवसांच्या अंतराने लागवड करावी.

बागेत लागवडीसाठी २ × ३ मीटर आकाराचा वाफा तयार करावा. त्यात एक घमेले कंपोस्ट खत आणि २०० ग्रॅम सुफला (१५ : १५ : १५) टाकून ते मातीत चांगले मिसळावे. वाफ्यात २० सें. मी. अंतरावर खुरप्याने २ सें. मी. खोल ओळी आखाव्यात. मग या ओळींत बी टाकून ते मातीने झाकावे. या आकाराच्या वाफ्यासाठी ५० ग्रॅम बी पुरते. बी टाकल्यानंतर वाफ्यास पाणी द्यावे.

वाफ्यातील तण वरचेवर काढावे. बी टोकणीनंतर १५ दिवसांनी १०० ग्रॅम यूरिया मातीत मिसळून द्यावा. लगेच पाणी द्यावे. तसेच यूरियाचे द्रावण पिकावर फवारल्यास पानांची वाढ चांगली होते. त्यांचा रंग गर्द हिरवा होतो.

सुमारे एक महिन्यानंतर पालक कापणीला तयार होतो. देठाचा जमिनीपासून ५ ते ७.५ सें. मी. भाग ठेवून पूर्ण वाढलेली, हिरवी, कोवळी पाने कापून घ्यावीत. पुन्हा १५ ते २० दिवसांनी अशी कापणी करावी.

लेट्यूस

काही काही भाज्या कच्च्या खाणेच चांगले असते. आता अशा कच्च्या भाज्या सॅलड म्हणून खाण्याची पद्धत वाढते आहे. सॅलडमध्ये लेट्यूसच्या पानांना महत्त्वाचे स्थान आहे. लेट्यूसमध्ये आरोग्याला आवश्यक अशी 'अ' आणि 'क' ही जीवनसत्त्वे आणि प्रथिने भरपूर असतात. त्याशिवाय यात चुना, फॉस्फरस, सोडियम, मॅग्नेशियम, इत्यादी खनिजेही असतात. त्यामुळे रोजच्या जेवणात सॅलड असणे आरोग्याच्या दृष्टीने महत्त्वाचे आहे.

जाती

१) ग्रेट लेक : ही गड्ड्याच्या प्रकारातील जात आहे. याचा गड्डा मोठा, घट्ट असतो. पाने हिरवी असतात. याच्या बाहेरच्या पानांवर फोडासारखे उंचवटे असतात.

२) इंपीरियल : ८५-९ : या जातीचा गड्डा मध्यम आकाराचा व घट्ट असून तो बाहेरील पानांनी झाकलेला असतो. पानावर फोडांसारखे उंचवटे असतात.

३) स्लो बोल्ट : ही बिनगड्ड्याची किंवा सुट्या पानांची जात आहे. याची पाने रुंद असून कडा झालरीसारख्या असतात. पानांचा रंग पोपटी असतो. ही लवकर फुलांवर येत नाही. म्हणून आपल्या बागेत लावण्यासाठी ही अधिक योग्य आहे.

४) चायनीज् यलो : या जातीची पाने सुटी, फिकट हिरवी, कुरकुरीत आणि कोवळी असतात. ही जात लवकर येऊन भरपूर उत्पादने देते.

लेट्यूस हे थंड हवामानात येणारे पीक आहे. रेताड, गाळवट जमिनीत ते चांगले येते. त्या जमिनीत भरपूर सेंद्रिय पदार्थ असावेत.

या सॅलडचे लागवडीसाठी २×३ मीटर आकाराचे वाफे करावेत. त्या वाफ्यांत २ घमेले कंपोस्ट खत आणि २०० ग्रॅम सुफला (१५:१५:१५) ही खते टाकून ती मातीत चांगली मिसळावीत. अशा वाफ्यांत २० सें. मी. अंतरावर खुरप्याने ओळी आखून त्यांत लेट्यूसचे बी टाकावे. मग ते लगेच मातीने झाकून त्यास पाणी द्यावे. ३-४ दिवसांनी दुसरे पाणी द्यावे.

बी उगवल्यानंतर त्यातील माती खुरप्याने हलवावी. लागवडीनंतर सुमारे ३ आठवड्यांनी वाफ्यास ५० ग्रॅम यूरिया देऊन पाणी द्यावे. १२ ते १५ दिवसांच्या अंतराने पाणी द्यावे. खुरपणी करून वरचेवर तण काढावे. नुसत्या पानांच्या जातीची काढणी पाने पूर्ण वाढलेली पण कोवळी असतानाच करावी. कोबीच्या गड्ड्यासारख्या जाती गड्डा पूर्ण तयार झाल्यावर काढाव्यात.

चाकवत

पालकपेक्षा चवदार भाजी चाकवताची होते. कोवळी पाने व फांद्यांची भाजी अनेकांच्या आवडीची आहे. या भाजीत शरीराला आवश्यक अशी जीवनसत्त्वे आणि क्षार भरपूर असतात. या भाजीमुळे शरीराला शक्ती मिळले.

चाकवताच्या अनेक स्थानिक जाती चांगल्या आहेत. तथापि, नंबर -११ ही जात अधिक चांगली आहे.

या भाजीला थंड हवामान मानवते. तथापि, आपल्याकडे ती वर्षभर घेतात. या भाजीसही मध्यम ते कसदार, पण पाण्याचा चांगला निचरा होणारी जमीन मानवते.

जमिनीची चांगली मशागत करून २×३ मीटर आकाराचा वाफा तयार करावा. त्यात एक घमेले कंपोस्ट खत आणि २०० ग्रॅम (१५:१५:१५) मिश्रखत घालून ते मातीत चांगले मिसळावे. मग या वाफ्यात २० सें.मी. अंतरावर खुरप्याने रेषा ओढाव्यात. त्या सुमारे दोन सें.मी. खोल असाव्यात. त्या रेषांत हाताने बी टाकावे. मग ते मातीने झाकून त्यास पाणी द्यावे. एका वाफ्यास ४० ग्रॅम बी पुरते.

बी उगवून आल्यानंतर त्यात तण उगवले असल्यास खुरपणी करून ते काढावे. लागवडीनंतर १५ दिवसांनी १०० ग्रॅम यूरिया वाफ्यातील मातीत टाकून चांगला मिसळावा. मग पाणी द्यावे.

लागवडीनंतर ४ ते ६ आठवड्यांत चाकवताची भाजी तयार होते. भाजी कोवळी असतानाच काढावी. थोड्या थोड्या अंतराने वाफ्यात बी टाकल्यास वर्षभर भाजी मिळते.

आंबट चुका

नावाप्रमाणेच याची पाने चवीला आंबट असतात. परंतु ती खाण्यास चवदार असतात. आपल्या शरीरास आंबट रसाचीही आवश्यकता असते. म्हणून ही भाजी आपल्या आहारात पाहिजे.

या भाजीच्या काही खास जाती नाहीत. काही स्थानिक जातीही चांगल्या आहेत. आंबट चुक्यास पाण्याचा निचरा होणारी मध्यम ते भारी जमीन मानवते. सर्वसाधारण थंड हवामानात ही भाजी येत असली, तरी आपल्याकडे उन्हाळ्याचे १-२ महिने सोडून वर्षभर ही भाजी येते.

चुका लागवडीसाठी बागेत २×३ मीटर आकाराचा वाफा तयार करावा. त्या वाफ्यात एक घमेले चांगले कंपोस्ट खत व २०० ग्रॅम सुफला (१५:१५:१५) किंवा संपूर्णा (१९:१९:१९) घालावे. दोन्ही खते मातीत चांगली मिसळावीत.

मग वाफ्यात २० सें.मी. अंतरावर खुरप्याने २ सें.मी. खोलीच्या ओळी आखाव्यात. त्यांत चुक्याचे बी पेरून ते मातीने झाकावे. त्यानंतर लगेच पाणी द्यावे. एका वाफ्यासाठी ४० ग्रॅम बी पुरेसे होते.

बियांची उगवण झाल्यानंतर त्याची खुरपण करून तण काढावे. लागवडीनंतर १५ दिवसांनी वाफ्यास ६० ग्रॅम यूरिया मातीत मिसळून द्यावा. त्यानंतर लगेच पाणी द्यावे.

सर्वसाधारणपणे आबंट चुक्याची भाजी एक महिन्यात तयार होते. ती जून होण्यापूर्वीच काढावी.

पोकळा

पोकळ्याची भाजी कोणाला आवडत नाही? या भाजीत शरीरास आवश्यक ती जीवनसत्त्वे आणि क्षार असतात. म्हणून आपल्या बागेत पोकळा अवश्य लावावा.

पोकळ्याच्या सुधारलेल्या जाती नाहीत. स्थानिक जातींपैकी चांगल्या जातीची निवड करावी. पोकळ्याची भाजी वर्षभर घेता येते. या भाजीसही चांगल्या निचऱ्याची मध्यम ते कसदार जमीन योग्य असते.

बागेत पोकळ्याच्या लागवडीसाठी २×३ मीटर आकाराचा वाफा तयार करावा. त्यात दोन घमेली शेणखत व २०० ग्रॅम सुफला (१५:१५:१५) मिश्रखत घालून ते मातीत चांगले मिसळावे.

अशा तयार केलेल्या वाफ्यात २० सें.मी. अंतरावर खुरप्याने ओळी आखून त्यांत पोकळ्याचे बी टाकावे. हे बी आकाराने फार लहान असते. म्हणून ते फार खोल टाकू नये. बी मातीने झाकून त्यास पाणी द्यावे.

बी उगवणीनंतर खुरपणी करून वाफ्यातील तण काढावे. पीक २० दिवसांचे झाल्यानंतर एका वाफ्यास ५० ग्रॅम यूरिया मातीत चांगला मिसळून द्यावा. मग पाणी द्यावे. पुन्हा तण काढावे.

पोकळ्याची भाजी साधारणपणे ४० दिवसांत तयार होते. तिची योग्य वेळी काढणी करावी. कारण फार कोवळी अगर फार जून भाजी चवीला चांगली लागत नाही.

राजगिरा

फक्त २० ते ३० दिवसांत येणारी ही पालेभाजी अनेकांच्या आवडीची भाजी आहे. राजगिऱ्याची भाजी इतर सर्व पालेभाज्यांपेक्षा पौष्टिक आहे. त्यात प्रथिने, क्षार आणि खनिजे आणि जीवनसत्त्वे यांचे प्रमाण भरपूर असते. तसेच, या भाजीत 'अ', 'ब' आणि 'क' ही जीवनसत्त्वे भरपूर असतात. अशी पौष्टिक भाजी आपल्या बागेत हवी ना?

बारीक पानांचा राजगिरा आणि मोठ्या पानांचा राजगिरा असे भाजीच्या राजगिऱ्यांत दोन प्रकार आहेत.

राजगिऱ्यास उष्ण हवामान मानवते. म्हणून उन्हाळी व खरीप हंगामात ही भाजी घेतात. या पिकास मध्यम काळ्या आणि पोयट्याच्या जमिनी अधिक चांगल्या असतात. मात्र या पिकासाठी जमीन चांगल्या निचऱ्याची हवी.

पावसाळी हंगामात जून-जुलै आणि उन्हाळी हंगामात जानेवारी-फेब्रुवारी मध्ये याची लागवड करतात.

बागेत ही भाजी लावण्यासाठी २×३ मीटर आकाराचा वाफा तयार करावा. त्यात एक घमेले कंपोस्ट खत आणि २०० ग्रॅम सुफला (१५:१५:१५) मिश्रखत घालून ते मातीत चांगले मिसळावे.

अशा वाफ्यात २० सें.मी. अंतरावर खुरप्याने रेषा काढाव्यात. त्यांत हाताने राजगिऱ्याचे बी टाकून ते मातीने झाकावे. पाणी द्यावे. बी लहान असल्याने फार खोल टाकू नये. तसेच, नवीन बियाणे वापरावे. एका वाफ्यासाठी ३० ग्रॅम बी पुरते.

बियांची उगवण झाल्यानंतर खुरपणी करून तण काढावे. पीक १० दिवसांचे

झाल्यावर ६० ग्रॅम यूरिया दोन ओळींत टाकून तो खुरप्याने मातीत मिसळावा. पुन्हा ५-६ दिवसांनी तेवढाच यूरिया मातीत मिसळून द्यावा. पाणी द्यावे. पीक २० ते ३० दिवसांचे झाल्यानंतर भाजीसाठी त्याची काढणी करावी. मुळ्यांसह भाजी काढून काढणी करावी. किंवा ही भाजी कापून घ्यावी. पहिली कापणी ३ ते ४ आठवड्यांनी आणि त्यानंतर ८ ते १० दिवसांच्या अंतराने दुसरी कापणी करावी. बारीक पानांच्या जातीची सहा वेळा कापणी आणि मोठ्या पानांची दोन वेळा कापणी करावी.

करडई

करडईच्या तेलाप्रमाणेच करडईची भाजी औषधी आहे. ही भाजी चवीला चांगली असते. करडईत प्रथिने, चुना, लोह, इत्यादी पोषक द्रव्ये भरपूर असतात.

करडईच्या सुधारलेल्या अनेक जाती असल्या, तरी तारा ही सुधारलेली जात भाजीसाठी निवडावी. या पिकास थंड हवामानाची जरुरी असल्याने पावसाळी व रब्बी हंगामांत त्याची भाजीसाठी लागवड करतात. तसेच जमीन मध्यम ते भारी परंतु चांगल्या निचऱ्याची असावी.

आपल्या बागेत या भाजीची लागवड करण्यासाठी २×३ मीटर आकाराचा वाफा करावा. त्यात एक घमेले कंपोस्ट खत आणि १०० ग्रॅम सुफला (१५:१५:१५) हे खत घालून ते मातीत चांगले मिसळावे.

अशा तयार केलेल्या वाफ्यात २० सें.मी. अंतरावर खुरप्याने खोल ओळी आखाव्यात. कारण करडईचे बी मोठे असते. ते थोडे अधिक खोलीवर जाणे आवश्यक आहे. या आकाराच्या वाफ्यास सुमारे १५० ग्रॅम बियाणे लागेल. बियाणे टाकण्यापूर्वी त्यास अर्धा ग्रॅम पारायुक्त औषध चोळावे. मग हे बियाणे वाफ्यात आखलेल्या ओळींत टाकून मातीने झाकून घ्यावे. नंतर पाणी द्यावे.

पेरणीनंतर १५ आणि ३० दिवसांनी वाफ्यातील तण काढावे. त्या वेळी वाफ्यास ६० ग्रॅम यूरिया देऊन पाणी द्यावे.

अशा प्रकारे लावलेली भाजी ४० ते ४५ दिवसांत काढणीस येते.

अळू

अळूची वडी कोणास आवडत नाही? लग्नसमारंभातील गोड जेवणात अळूची पातळ भाजी नसल्यास अनेकांना चुकल्यासारखे वाटते. आहारदृष्ट्याही अळूची भाजी महत्त्वाची आहे. कारण त्यात 'अ', 'ब' जीवनसत्त्वे आणि कार्बोहायड्रेट्स, प्रथिने, क्षार, खनिजे भरपूर प्रमाणात असतात.

अळूला उष्ण व दमट हवामान मानवते. थंडीत त्याची वाढ थांबते. जमीन

रेताड व भुसभुशीत असेल, तर अळूची वाढ फार चांगली होते. बहुतेक सर्व भाज्यांना पाण्याचा निचरा होणारी जमीन लागते, तर अळू पाणी साठून राहणाऱ्या जमिनीतही चांगला येतो. परसात धुणे-भांड्याच्या, सांडपाण्याच्या जागेतही अळूची चांगली वाढ होते.

आपल्याकडे अळूच्या पानांचीच भाजी करतात. परंतु उत्तर भारतात अळूच्या कंदाचीही भाजी करतात. त्यादृष्टीने जातीची निवड करावी. काळ्या देठाच्या व लहान ते मध्यम पानांच्या अळूची आपण लागवड करावी.

अळू लागवडीसाठी १ ×१ मीटरचा चांगल्या भुसभुशीत मातीचा वाफा करावा. त्यात ४ ते ५ घमेली कंपोस्ट खत घालावे. तसेच, १५० ग्रॅम सुफला (१५:१५:१५) घालून ते मातीत चांगले मिसळावे. लागवडीसाठी कोंब फुटलेले निरोगी बेणे घ्यावे. मग वाफ्यात २५ सें.मी. अंतरावर खुरप्याने ओळी काढाव्यात. या प्रत्येक ओळीत २५ सें.मी. अंतरावर खुरप्याने छोटा खड्डा काढावा. त्या ठिकाणी अळूचा एक कंद लावून, त्यांच्या भोवती माती दाबावी. लागवडीनंतर लगेच पाणी द्यावे. लागवडीचे ठिकाणी सांडपाणी येत असल्यास उत्तम असते. लागवडीनंतर दर तीन महिन्यांनी १०० ग्रॅम यूरिया मातीत मिसळून वाफ्यास द्यावा.

लागवडीनंतर दीड ते दोन महिन्यांनी पाने कापणीस येतात. एकदा केलेल्या लागवडीपासून दीड ते दोन वर्षे पाने मिळतात. हिवाळ्यात कमी पाने मिळतात. परंतु पावसाळा व उन्हाळ्यात भरपूर पाने मिळतात.

पुदिना

पुदिन्याची चटणी किती चवदार असते, हे तिची चव घेतल्याशिवाय समजणार नाही. ही एक औषधी वनस्पती आहे. पुदिना अजीर्णनाशक, पाचक व तोंडास रुची देणारा आहे. आहाराच्या दृष्टीनेही त्याचे महत्त्व आहे.

पुदिन्याच्या जपानी मिंट व जवानिका या जाती चांगल्या आहेत. याची लागवड वर्षभर होत असली, तरी पावसाळी हंगामात त्याची लागवड करणे सोपे असते. पाण्याचा निचरा होणारी भुसभुशीत जमीन असावी.

पुदिन्याची लागवड त्यांच्या फांदीच्या छाट्यापासून करतात. त्यासाठी दोनपेक्षा जास्त डोळे असलेल्या ६ ते ७ सें.मी. लांबीच्या ताज्या रसदार काड्या बेणे म्हणून निवडाव्यात.

बागेत लागवड करण्यासाठी एखाद्या कोपऱ्यातील जागेवर १ ×१मीटर आकाराचा वाफा करावा. त्यात दोन घमेले कंपोस्ट खत आणि १०० ग्रॅम सुफला घालून ते मातीत चांगले मिसळावे.

वाफ्यात १५ सें.मी. अंतरावर खोल ओळी तयार कराव्यात. त्यांची खोली ५

ते ८ सें.मी. असावी. त्यात पुदिन्याच्या बेण्याचा अर्धा भाग ५ सें.मी. अंतरावर दाबून लावावा. त्यावर माती झाकून ती हाताने दाबावी. त्यानंतर लगेच पाणी द्यावे.

साधारणपणे २ ते ३ महिन्यांपासून पुदिन्याची काढणी करावी. त्या वेळी प्रत्येक फांदीच्या टोकाकडील १५ सें.मी. अंतरावरील फांद्या खुडाव्यात. फांदी खुडल्यानंतर वाफ्यास ५० ग्रॅम यूरिया मातीत मिसळून पाणी द्यावे. पानांवर यूरिया पडणार नाही, याची काळजी घ्यावी.

♦

शेवगा

शेवग्याच्या शेंगांची, कोवळ्या पाल्याची आणि फुलांची भाजी करतात. शेवग्याच्या शेंगांची आमटी किती चवदार होते, हे सांगण्याची जरुरी नाही. शेवग्याची भाजी औषधी आहे. शेवगा उष्ण असून वात कमी करणारा आहे. त्याची भाजी पाचक आणि सारक आहे. शेंगा खाल्ल्याने कफ, पित्त कमी होते. अशा औषधी गुणाबरोबरच त्याची भाजी आरोग्यवर्धक आहे. कारण त्यात 'क' जीवनसत्त्व भरपूर असते. शिवाय त्यात प्रथिनांचे प्रमाणही बरेच असते. शेवगा शेंगवर्गीय भाजीत येतो.

आपल्या बागेत शेवग्याचे एखादे झाड अवश्य लावावे. त्यासाठी ६०×६०×६० सें.मी. आकाराचा खड्डा काढावा. या खड्ड्याच्या तळाशी थोडी क्लोरेडेन पावडर टाकून त्यात एक घमेले शेणखत आणि दोन किलो सुपर फॉस्फेट टाकावे. मग तो मातीने भरून घ्यावा.

शेवग्याच्या खास सुधारलेल्या जाती नाहीत. तथापि, आपल्या माहितीतील लांब व चवदार शेंगा असणाऱ्या शेवग्याच्या झाडाची एक मीटर ते दीड मीटर लांबीची आणि २ ते ५ सें.मी. व्यासाची फांदी आणावी. ही फांदी खड्ड्याच्या मध्यभागी ३० सें.मी. खोलीवर लावावी. फांदीचा वरचा भाग वर आणि खालचा भाग खाली ठेवून फांदी लावावी. मग भोवतालची माती पायाने दाबावी. पावसाळ्यात जून-जुलै महिन्यांत फांदी लावावी. त्यास पाणी द्यावे.

शेवग्याची झाडे फार उंच वाढतात. त्यामुळे शेंगा, पाला काढणे अवघड जाते. म्हणून झाडाचा बुंधा १०० ते १२५ सें.मी. उंचीवर कापावा. त्यामुळे झाडाची उंची वाढणार नाही. या बुंध्यावर ४-५ फांद्या येऊन त्यांना शेंगा लागतील. त्या काढणे सोपे जाते. अशा छाटलेल्या झाडास भरपूर पाला व शेंगा येतात.

◆

फळझाडे लावा

शोभेची झाडे, फुलझाडे लावली. भाजीपाला - लागवडीची तयारी झाली. आता फळझाडांच्या लागवडीचा विचार केला पाहिजे. थोडी फुले, थोडा भाजीपाला आणि काही ठराविक फळे मिळाल्यास आपणांस दररोज या वस्तू आणण्यासाठी बाजारात जाण्याची जरुरी नाही.

प्रत्येकाने दररोज एखादे तरी फळ खाल्ले पाहिजे. त्यामुळे आपली प्रकृती चांगली राहते. हंगामातील फळे खाणे तर फार महत्त्वाचे असते. त्यासाठी आपल्या बागेत फळझाडे लावली पाहिजेत. फळझाडे लावण्यासाठी वेगळी जागा असल्यास फार उत्तम. परंतु आपल्या घराशेजारच्या बागेत अशी स्वतंत्र जागा मिळणे अवघड असते. म्हणून झाडे एका कोपऱ्याला किंवा बागेच्या कुंपणाशेजारी लावावीत. परंतु ही झाडे बागेच्या पूर्वेस किंवा दक्षिणेस लावू नयेत. कारण त्यामुळे या झाडांची सावली बागेतील इतर झाडे, भाजीपाला यावर येते. त्यामुळे त्यांची वाढ चांगली होत नाही. फळझाडासाठी चांगला निचरा होणारी जमीन हवी.

फळझाडे शक्यतो घराच्या मागे उत्तरेस लावावीत. त्यामुळे त्यांची सावली इतर झाडांवर पडणार नाही. ते शक्य नसल्यास झाडे वायव्य व ईशान्य दिशेला असावीत. फार भरभर वाढणारी आणि लवकर फळे येणारी फळझाडे शक्यतो लावावीत. त्यामुळे लवकर फळे खाण्यास मिळतात. तसेच कमी जागा व्यापणारी ३-४ प्रकारची फळझाडे लावावीत. आपल्या बागेत सर्व प्रकारची फळझाडे असावीत, असे आपणांस वाटते. त्यामुळे बागेत अनेकदा फळझाडांची गर्दी होते. त्यामुळे अनेक तोटे होतात. अशा गर्दीत झाडांची वाढ चांगली होत नाही. त्याशिवाय अनेक रोगकिडींचा प्रादुर्भाव होतो.

म्हणून दर्जेदार व भरपूर फळे देणारी झाडे बागेत लावावीत. पेरू, कागदी लिंबू, नारळ, पोपई, केळी अशा झाडांची लागवड करावी. या फळझाडांची रोपे

खात्रीच्या ठिकाणाहून आणावीत. कारण भाजीपाला किंवा फुलाच्या झाडांचे बी किंवा रोपे चांगली न मिळाल्यास एक हंगाम वाया जातो. परंतु फळझाडांच्या बाबतीत तसे नसते. फळझाडे चांगल्या प्रतीची निघाली नाहीत, तर अनेक वर्षांचे श्रम, पैसा वाया जातो. म्हणून या रोपांच्या बाबतीत फार काळजीपूर्वक असावे.

बागेत लावण्यासाठी अधिक उंच वाढणाऱ्या जातीपेक्षा चांगल्या प्रतीच्या, कमी उंचीच्या जातीच्या झाडांची निवड करावी.

फळझाडासाठी खड्डे

फळझाडे लागवडीसाठी अगोदरपासून तयारी करावी लागते. त्यासाठी उन्हाळ्यात म्हणजे मार्च-एप्रिल महिन्यांत खड्डे खोदले पाहिजेत. झाडे किती वाढीची आहेत, त्यावरून खड्ड्यांचे माप ठरवावे. सर्वसाधारण झुडूप पद्धतीच्या झाडासाठी ३० सें.मी. × ३० सें.मी. × ३० सें.मी. (१ फूट × १ फूट × १ फूट) आकाराचे खड्डे घ्यावेत. तर मध्यम उंचीच्या झाडासाठी ६० सें.मी. × ६० सें.मी. × ६० सें.मी. (२ फूट × २ फूट × २ फूट) या आकाराचा खड्डा खोदावा. आंब्यासारख्या मोठ्या वाढणाऱ्या झाडासाठी ९० सें.मी. × ९० सें.मी. × ९० सें.मी. (३ फूट × ३ फूट × ३ फूट) आकाराचा खड्डा योग्य असतो.

हे खड्डे कुंपणाजवळ किंवा फाऊंडेशनजवळ नसावेत. त्यापासून ३ ते ४ मीटर अंतरावर खड्डे असावेत. हे खड्डे मार्च-एप्रिल महिन्यांत काढल्याने ते उन्हात एक दोन महिने चांगले तापू द्यावेत. त्यामुळे खड्ड्यातील सूक्ष्म कीटक, सूत्रकृमी, इत्यादी मरतील.

मग या खड्ड्याच्या तळाशी २० ते २५सें.मी. जाडीचा वाळलेल्या पालापाचोळ्याचा थर द्यावा. सुमारे १ किलो सुपर फॉस्फेट आणि ५० ते १०० ग्रॅम बोनमिल मातीत मिसळून या थरावर टाकावे. त्याच्यावर दोन घमेली चांगले कुजलेले शेणखत किंवा कंपोस्ट खत आणि जमिनीच्या वरच्या थरातील माती किंवा गाळाची माती सारख्या प्रमाणात मिसळून खड्डा जमिनीच्यावर १५ ते २० सें.मी. पर्यंत भरावा. पावसाला सुरुवात होण्याच्या अगोदर आठवडाभर खड्डा भरावा. पहिला पाऊस पडून गेल्यानंतर किंवा पावसाचे प्रमाण कमी झाल्यावर जुलै-ऑगस्ट महिन्यांत या खड्ड्यात फळझाडांची लागवड करावी. दोन झाडांतील अंतर किती ठेवावे, हे कोणत्या फळाचे झाड आहे आणि ते किती वाढेल, यावर अवलंबून असते. निरनिराळ्या फळझाडांसाठी हे अंतर निराळे असते.

रोप असे लावा

कुंडीत किंवा पॉलीथिनच्या पिशवीत तयार केलेले रोप खड्ड्यात लावताना

किती खोलीवर लावावे, असा प्रश्न येतो. त्यासाठी रोप खड्ड्यात लावताना शेंड्याकडून काही पाने ठेवून खालच्या बाजूची पाने, फूट हळुवारपणे काढावी. भरलेल्या खड्ड्याच्या मधोमध थोडी माती बाजूला सारून एक लहान खड्डा तयार करावा. मग कुंडी किंवा पॉलीथिन पिशवीतून रोप मातीच्या गोळ्यासह काढून या लहान खड्ड्यात ठेवावे. खड्ड्याच्या मधोमध व सरळ रोप ठेवावे. कुंडीत अगर पिशवीत असताना रोपाच्या मुळाचा भाग जेवढा मातीत खोल होता, तेवढाच मुळ्यांचा भाग खड्ड्यात लावताना जमिनीच्या खाली मातीत गाडून खोडाचा भाग जमिनीवर ठेवावा. मग रोपाच्या भोवतालची माती चांगली दाबून बसवावी. नारळाचे रोप लावताना रोपाचा कोंब मातीत, जमिनीत गाडला जाणार नाही, याची काळजी घ्यावी. रोप लावल्यानंतर लगेच पाणी द्यावे.

पाणी, खते

ज्या वेळी फळझाड चांगल्या वाढीत असून त्याला फुले आलेली असतात, त्या वेळी झाडास पाण्याची फार जरुरी असते. फलधारणेच्या वेळीही अधिक पाणी लागते. त्या वेळी झाडास द्रवरूप खत देणे फायद्याचे असते. झाडे लावलेल्या जमिनीतून पाण्याचा चांगला निचरा होणे फार महत्त्वाचे असते. झाडाच्या बुंध्याशी पाणी साठल्यास काही रोगांचा प्रादुर्भाव होतो. झाडांची वाढ होत नाही. म्हणून आवश्यक तेवढेच पाणी द्यावे.

झाडांच्या फांद्यांचा जेवढा विस्तार असतो, तेवढ्या अंतरापर्यंत त्यांच्या मुळ्या गेलेल्या असतात. म्हणून मोठ्या आकाराचे आळे करून त्यात पाणी द्यावे. झाडाच्या खोडाशेजारी पाणी साचू नये, म्हणून तेथे थोडा उंचवटा करावा.

झाड लावताना खड्ड्यात आपण आवश्यक ती खते घालतो. परंतु झाड वाढल्यानंतर फुले येण्याच्या अगोदर आणि नंतर अशा दोन वेळी खते द्यावीत. सर्वसाधारणपणे झाडाला प्रत्येक वर्षी १० किलो शेणखत किंवा कंपोस्ट खत, अर्धे घमेले पानांचे खत व लाकडाची राख आणि एक किलो हाडांचे खत द्यावे. पानांचे खत किंवा हाडांचे खत न मिळाल्यास रासायनिक खते द्यावीत. झाडाच्या वाढीप्रमाणे खताच्या प्रमाणात वाढ करावी लागते. खते झाडाच्या पसाऱ्याखाली १५ ते २० सें.मी. खोल चर खोदून त्यात टाकावीत. ती मातीत चांगली मिसळावीत. खते दिल्यानंतर पाणी द्यावे.

झाडांची छाटणी

झाडांची छाटणी वेळेवर करणे महत्त्वाचे असते. अशा छाटणीच्या वेळी रोगट वाळलेल्या फांद्या काढून झाडास डौलदार आकार द्यावा. पेरू किंवा लिंबू यांसारख्या

झाडांना ३ वर्षांपर्यंत येणारा फुलोरा काढून टाकावा. लिंबासारख्या झाडावर पाणसोट वाढतात. तेही वरचेवर काढावेत. फांद्या छाटताना त्या पिचणार नाहीत, याची काळजी घ्यावी. त्यासाठी धारदार कात्री वापरावी. काही झाडांच्या खोडावर खालील बाजूने फूट येते. तीही काढावी.

द्राक्षवेलीला तर छाटणीची फार आवश्यकता असते. झाडाला फळे लागण्याच्या अगोदर छाटणी करून झाडास योग्य तो आकार देता येतो. परंतु एकदा फळे लागण्यास सुरुवात झाल्यानंतर झाडाच्या फांद्या मोठ्या प्रमाणात छाटू नयेत.

काही झाडांची फक्त वाढ होते. फांद्या भरपूर फुटतात. परंतु त्यांना फळे लागत नाहीत. अशा वेळी त्यांच्या मुळांची छाटणी करतात. तसेच खोडावर गोल आकारात (रिंग) साल काढतात. त्याला गर्डलिंग म्हणतात. आपल्याकडे द्राक्षबागेत ही पद्धत अनेकदा वापरतात. द्राक्षवेलीच्या फांद्यांना गर्डलिंग करतात. त्यात झाडाच्या खोडावरील ०.५ सें.मी. रुंदीची साल काढतात. त्यावर पॉलीथिनने बांधतात. झाडे मोठी असतील, तर फक्त फांद्यांना गर्डलिंग करतात.

फळे काढणे

फळे चांगली तयार झाल्यानंतर काढावीत. कोणती फळे तयार झाली आहेत, हे ओळखण्याच्या अनेक खुणा आहेत. तयार होत आल्यावर काही फळांचा रंग बदलतो, तर काही फळे हाताला मऊ लागतात. सीताफळासारख्या फळांचे डोळे चांगले फुलतात.

तयार झालेल्या फळांचे पक्ष्यांपासून बरेच नुकसान होते. म्हणून त्यासाठी झाडावर पॉलीथिनची जाळी टाकावीत. द्राक्षासारखी फळे घोसांनी येतात. त्या फळांचा आकार मोठा होण्यासाठी त्यांतील काही फळे काढून टाकतात.

काही महत्त्वाच्या फळझाडांची माहिती पुढच्या प्रकरणांतून दिली आहे.

◆

नारळ

आपल्या बागेत नारळाचे झाड असावे, असे प्रत्येकाला वाटणे साहजिक आहे. कारण आपणांस आपल्या दररोजच्या जेवणात नारळाच्या खोबऱ्याची आवश्यकता असते. श्रीफल म्हणून त्याला धार्मिक महत्त्वही आहे. नारळाच्या झाडाने बागेलाही शोभा येते. नारळाच्या झाडाच्या, फळाच्या प्रत्येक भागाचा उपयोग होतो.

आपल्या आरोग्याच्या दृष्टीनेही हे फळ महत्त्वाचे आहे. नारळाचे किंवा शहाळ्याचे पाणी प्याल्याने तहान कमी होते. त्याच्या ओल्या व वाळलेल्या खोबऱ्यात अनेक पौष्टिक गुण आहेत. तेलाचा उपयोग काही लोक जेवणात करतात. तर डोक्यास तेल लावल्याने झोप चांगली येते. अनेक आयुर्वेदिक औषधांत खोबऱ्याच्या तेलाचा उपयोग होतो.

अशा या बहुपयोगी नारळाच्या झाडास उष्ण व दमट हवामान मानवते. जांभ्या दगडापासून तयार झालेल्या तांबड्या जमिनी, भुसभुशीत गाळाने तयार झालेल्या व समुद्रकाठच्या रेताड वाळूच्या जमिनी नारळाला चांगल्या असतात. ज्या ठिकाणी पावसाळ्यात पाणी साचून राहते, अशा जमिनीत नारळाची लागवड करू नये.

जाती

उंच वाढणारे व ठेंगू असे नारळाचे दोन गट आहेत.

उंच जाती : १) बाणावली : कोकण किनारपट्टीत आढळून येणारी नारळाची बहुतेक सर्व झाडे याच जातीची आहेत. यालाच 'वेस्ट कोस्ट टॉल' असे म्हणतात. या जातीचे आयुष्य ८० ते ९० वर्षे किंवा त्यापेक्षाही अधिक असते. या जातीस फळे उशिरा लागतात. परंतु ती मोठ्या आकाराची असतात. खोबऱ्याचे प्रमाण व प्रत चांगली असते.

लक्षद्वीप, अंदमान, कपडम या जातीही उंच जातीत येतात.

ठेंगू जाती

या प्रकारातील सिंगापुरी जात अनेकांना माहीत आहे. या जातीस लवकर म्हणजे पाच वर्षांनंतर फळे लागतात. परंतु या फळांचा आकार लहान असतो. त्यात तेलाचे प्रमाण कमी असते. खोबरे चवीला विशेष चांगले नसते. या जाती रोगकिडीला लवकर बळी पडतात. त्यांचे आयुष्य ३० ते ४० वर्षे असते.

टी × डी

उंच व ठेंगू जातींचा संकर करून टी × डी संकरित नारळाची पैदास केली आहे. या जातीस फळे लवकर लागतात आणि ती आकाराने मोठी असतात. त्यांतील खोबऱ्याचे व तेलाचे प्रमाणे अधिक असते.

आपल्या बागेत टी × डी या जातीचे नारळ शक्यतो लावावेत.

शहाळ्यासाठी लवकर येणारी काळी कोटी ही जात चांगली आहे.

लागवड

नारळाचे रोप मात्र खात्रीच्या ठिकाणाहून आणावे. रोप निरोगी, जोमदार, पुष्ट असावे. बारा महिने वयाच्या रोपांना सात ते आठ पाने व नऊ महिने वयाच्या रोपांना चार पाने असावीत. या वयाची रोपे निवडावीत. त्यांना जितकी पाने जास्त, तितकी ती जोमदार वाढतात. तसेच, लवकर फुलोऱ्यावर येतात. रोपाचा बुंधा आखूड व १० ते १२ सें.मी. जाडीचा असावा. त्याच्या पानांचे देठ आखूड व जाड असावेत. रोपांची पाने लवकर वेगळी झालेली असावीत. कारण पाने दुभंगून छोटी पाने फुटू लागल्यास ते रोपाच्या जोमदारपणाचे लक्षण असते. वरील निष्कर्ष लावून रोप निवडावे. त्यामुळे नारळाचे झाड जोमात वाढेल. त्यास अधिक फळे लागतील.

फळझाडासाठी १ × १ × १ मीटर आकाराचा खड्डा पूर्वी दिल्याप्रमाणे खोदून भरून घ्यावा. खड्ड्याच्या मधल्या भागातील ३० ते ४५ सें.मी. पर्यंतची माती काढून त्यात नारळाचे रोप असे लावावे, की त्याच्या कोंबात माती जाणार नाही अगर कोंब मातीत गाडला जाणार नाही. रोपाचा नारळ जमिनीच्या पृष्ठभागाच्या ३० ते ४५ सें.मी. खोल राहील, अशा रीतीने रोप लावावे. रोप लावल्यानंतर त्याच्या सभोवतालची माती चांगली दाबावी. रोपाच्या भोवती मातीचा ढीग करावा. पावसाळ्याच्या सुरुवातीस किंवा मोठा पाऊस पडून गेल्यानंतर रोप लावावे.

रोप लावल्यानंतर त्याच्या आळ्यात पाणी साचून राहाणार नाही, याची काळजी घ्यावी. कारण पाणी साचल्यास कोवळ्या रोपांचा कोंब कुजण्याची शक्यता असते. आळ्यातील तण वरचेवर काढून ते स्वच्छ ठेवावे. पहिली दोन वर्षे रोपाचे उन्हापासून संरक्षण व्हावे, यासाठी सावली करावी.

नारळास खते द्यावी लागतात. त्यासाठी एक घमेले चांगले कुजलेले शेणखत अगर कंपोस्ट खत आणि अर्धा किलो यूरिया एकत्र मिसळावा. मग या मिश्रणाचे चार पाच सारखे भाग करावेत. रोप लावल्यानंतर तीन महिन्यांनी या खताचा एक भाग द्यावा. दोन-तीन महिन्यांच्या अंतराने उरलेले खत द्यावे. मग प्रत्येक वर्षी अर्धा किलो यूरिया, ६०० ग्रॅम सुपर फॉस्फेट, ३०० ग्रॅम म्युरेट ऑफ पोटॅश आणि २ - ३ घमेली शेणखत अगर कंपोस्ट खत द्यावे. नारळाच्या बुंध्यापासून सुमारे ८० ते ९० सें. मी. अंतरावर १५ सें. मी. खोलीचा व ३० सें. मी. रुंदीचा गोलाकार चर काढून, त्यात खत टाकून मातीने झाकावे. मग त्यास पाणी द्यावे.

झाडास नारळ लागण्यास सुरुवात झाल्यानंतर वरीलप्रमाणे चरातून पुढीलप्रमाणे खते द्यावीत. पूर्ण वाढलेल्या झाडास दरवर्षी ५० किलो शेणखत किंवा कंपोस्ट खत द्यावे. तसेच, २ किलो यूरिया, ३ किला सुपर फॉस्फेट आणि १.५ किलो म्युरेट ऑफ पोटॅश द्यावे. ही खते एकदम न देता त्यांचे तीन भाग करून एकेक भाग जून, सप्टेंबर व फेब्रुवारी या महिन्यांत द्यावा.

झाडावर रोग - किडी आढळल्यास औषधे फवारावीत. खताप्रमाणेच नारळाच्या झाडांना पाण्याची फार आवश्यकता असते. पहिली ३ - ४ वर्षे झाडांना हिवाळ्यात व उन्हाळ्यात आठवड्यातून दोन वेळ पाणी द्यावे. पूर्ण वाढलेल्या झाडांना जमिनीच्या मगदुराप्रमाणे ५ ते १० दिवसांतून एक वेळ पाणी द्यावे. पाणी देण्यासाठी झाडाच्या बुंध्याभोवती त्याच्या आकारानुसार १ ते २ मीटर व्यासाचे गोल किंवा चौरसाकृती आळे तयार करावे.

जातीनुसार ५ ते ८ वर्षानंतर झाडास नारळ लागतात. अर्थात त्यासाठी वरीलप्रमाणे काळजी घेतली पाहिजे. सर्वसाधारणपणे एका झाडास एका वर्षात ८० ते १०० नारळ लागतात.

♦

चिकू

आपल्या बागेतून वर्षभर फळे मिळतील, असे कोणते झाड आहे ? चिकूचे झाड तसे आहे. ते वर्षभर फळे देते. चिकूचे फळ सर्वांच्या आवडीचे आहे. पातळ साल, अत्यंत मधुर, थोडासा सुवासिक व आकर्षक रंगाचा, जाड रवाळ गर, कमीत कमी बिया व त्याही सहज वेगळ्या करता येण्याजोग्या, इत्यादी या फळाची वैशिष्ट्ये आहेत. फळे खाण्यासाठी, हलवा, जॅम, फ्रूट सॅलड, इत्यादी बनविण्यासाठी वापरतात.

आरोग्याच्या दृष्टीने हे फळ महत्त्वाचे आहे. यात आपल्या शरीरपोषणास आवश्यक असणाऱ्या कॅलरीज् भरपूर असतात. त्यात कर्बयुक्त पदार्थ, कॅल्शियम, फॉस्फरस व लोह ही पोषक अन्नद्रव्येही आहेत.

चिकूच्या झाडाला उष्ण व दमट हवामान मानवते. फार तापमान (४३° सें. ग्रे. चे वर) मानवत नाही. ज्या भागात कमाल व किमान तापमानांत फार फरक नाही, अशा ठिकाणी चिकूची लागवड चांगली होते. पाण्याचा उत्तम निचरा होणाऱ्या मध्यम काळ्या जमिनीत चिकूची लागवड चांगली होते.

सुधारित जाती

चिकूच्या गोल किंवा लांबट फळाच्या जाती असून आकारावरून त्यांचे वर्गीकरण करतात. प्रमुख जाती पुढीलप्रमाणे.

१) काळी पत्ती : या जातीची फळे लांबट अंडाकृती असून गर फार मऊ, गोड आणि स्वादपूर्ण असतो. फळात १ ते २ बिया असतात.

२) छत्री : या जातीच्या झाडाच्या फांद्या छत्रीप्रमाणे पसरलेल्या असतात. म्हणून त्यास हे नाव पाडले असावे. पण फळ गोडीला व उत्पादनाला कमी असते.

याशिवाय क्रिकेट बॉल, बंगलोर, को -१, को -२ या काही दक्षिणेकडील चांगल्या जाती आहेत. आपल्या बागेत काळी पत्तीचे एखादे झाड लावावे. परंतु

चिकूच्या झाडाचा विस्तार बराच पसरत असल्याने ते बरीच जागा व्यापते. बागेत जागा भरपूर असेल, तर चिकूचे झाड लावावे.

लागवड

चिकूची लागवड त्याच्या तयार केलेल्या भेट कलमापासून होते. म्हणून खात्रीच्या ठिकाणाहून आपणांस हव्या त्या जातीचे कलम आणावे. पूर्वीच्या प्रकरणात दिल्याप्रमाणे १ × १ × १ मीटर आकाराचा खड्डा काढून तो नेहमीप्रमाणे भरावा.

तयार केलेल्या खड्ड्यात पावसाळ्याच्या सुरुवातीला अगर जोराचा पाऊस संपल्यावर भेट कलमाची लागवड करावी. कलम लावताना खड्ड्याच्या मधोमध लावावे. मात्र कलमाचा जोड जमिनीत गाडला जाणार नाही व त्यास पाणी लागणार नाही, याची काळजी घ्यावी. मुळाभोवती माती घट्ट दाबावी. तसेच, झाडाभोवती आळे करून लगेच भरपूर पाणी द्यावे. नवीन लावलेल्या कलमांना बांबूचा आधार देऊन सरळ वाढवावे.

सुरुवातीस चिकूच्या झाडाची वाढ फार सावकाश होते. त्यांची वाढ जलद होण्यासाठी झाडांना वर्षातून दोन वेळ खते द्यावीत. एक वर्ष पूर्ण झाल्यावर प्रत्येक झाडाला २ घमेली शेणखत व १३० ते १५० ग्रॅम अमोनियम सल्फेट द्यावे. ५ ते ६ वर्षे वयाच्या झाडांना दरवर्षी १० घमेली शेणखत व पाच किलो अमोनियम सल्फेट समप्रमाणात विभागून सप्टेंबर व जानेवारीत द्यावे. फळे देणाऱ्या पूर्ण वाढलेल्या झाडांना दरवर्षी ७५ किलो शेणखत, ७ किलो अमोनियम सल्फेट व २ किलो बोनमिल द्यावे. ही खते झाडाच्या बुंध्याला लागून कधीच देऊ नयेत. तर झाडाच्या पसाऱ्याप्रमाणे झाडाभोवती १८ ते २० सें. मी. खोलीचा चर खोदून त्यात टाकावीत व ती मातीत नीट मिसळून लगेच पाणी द्यावे.

चिकूच्या झाडांना हिवाळ्यात १०-१५ दिवसांनी आणि उन्हाळ्यात ८-१० दिवसांनी पाणी द्यावे. पाणी झाडाच्या बुंध्याला लागणार नाही, याची काळजी घ्यावी. त्यासाठी बुंध्याभोवती मातीचा उंचवटा करावा. झाडाभोवती आळे करून पाणी द्यावे. आळ्यातील माती वरचेवर हलवून तण काढावे.

कलम केलेल्या झाडास पहिल्या वर्षीही फळे येतात. परंतु झाडाची वाढ चांगली होण्यासाठी पहिली तीन वर्षे फळे घेऊ नयेत. चौथ्या वर्षापासून घ्यावीत. दोन बहारांत फळे येतात. पहिल्या बहाराची फळे जानेवारी-फेब्रुवारीत तर दुसऱ्या हंगामाची मे - जून मध्ये मिळतात. पूर्ण पोसलेल्या फळावर फिकट तपकिरी रंगाची चमक दिसते. फळ तयार झाले असल्यास, त्यावर नखांनी ओरखडा ओढल्यास पिवळ्या रंगाची रेषा उमटते. फळ कच्चे असेल, तर ही रेषा हिरवट दिसते. १० वर्षांच्या झाडापासून दरवर्षी सुमारे २००० फळे मिळतात. पुढे त्यात वाढ होते.

◆

कागदी लिंबू

लिंबाची फोड जेवणात असल्याशिवाय जेवणाला खरी चव कशी येणार ? त्यामुळेच आपल्या जेवणात लिंबाच्या फोडीचा हमखास समावेश असतो. कागदी लिंबात 'क' जीवनसत्त्व भरपूर प्रमाणात असते. त्यामुळे लिंबू खाल्ल्याने आपली पचनक्रिया चांगली राहते. दातांचे आरोग्यही चांगले टिकते. याशिवाय लिंबात आपल्या शरीरास आवश्यक ती 'अ', 'ब' जीवनसत्त्वेही आहेत. लिंबाचे सरबत उन्हाळ्यात प्याल्याशिवाय तहान कशी भागणार ?

अशा बहुगुणी लिंबाच्या झाडास उष्ण व कोरडी हवा आणि सर्वसाधारण पाऊस मानवतो. म्हणूनच जास्त पाऊस पडणाऱ्या व दमट हवामानाच्या कोकणात लिंबाची झाडे चांगली येत नाहीत. या झाडाच्या लागवडीसाठी मध्यम काळी व पाण्याचा उत्तम निचरा होणारी जमीन चांगली असते.

कागदी लिंबाच्या खास सुधारित जाती नाहीत. त्याची लागवड बियांपासून रोपे तयार करून, ती लावून करतात. लिंबाची बिनबियाची एक जात आहे. त्या जातीचे मात्र कलम करावे लागते.

लागवडीसाठी आपल्या बागेत ६० × ६० × ६० सें. मी. चा खड्डा काढून तो यापूर्वी सांगितलेल्या पद्धतीने भरावा. लागवड नेहमी पावसाळ्याच्या सुरुवातीला किंवा पाऊस कमी झाल्यावर ऑगस्टपर्यंत करावी. ९ ते १२ महिन्यांची चांगली जोमदार रोपे लागवडीसाठी वापरावीत. रोपाच्या शेंड्याकडील ३ - ४ पाने ठेवून बाकीची सर्व पाने व फांद्या काढून रोप लावावे. रोप जास्त खोल लावू नये. रोपाच्या मुळ्या मोकळ्या करून, माती टाकून चांगली दाबावी. पाणी द्यावे.

लागवडीनंतर रोपांना बांबूचा आधार द्यावा. झाड एक मीटरपर्यंत सरळ वाढू द्यावे. त्यास आलेल्या फांद्या व पाने काढावीत. एक मीटर वाढीनंतर ३ - ४ जोमदार मुख्य फांद्या व्यवस्थित पसरतील, अशा तऱ्हेने वाढू द्याव्यात. त्यामुळे

झाडाला आकार चांगला येतो. वर्षातून एकदा तरी वाळलेल्या फांद्या काढाव्यात. झाडाचे बुरशीजन्य रोगापासून संरक्षणासाठी झाडाच्या खोडांना पावसाळ्यात २ - ३ वेळा, उन्हाळ्यात एकदा व हिवाळ्यात एकदा बोर्डोपेस्ट लावावी. झाडावर नवीन फूट आली असता कीटकनाशक औषधे फवारावीत.

झाडास नियमित पाणी द्यावे. परंतु पाणी झाडाच्या खोडाला लागणार नाही, याची काळजी घ्यावी. तसेच खोड जमिनीपर्यंत मोकळे ठेवावे. खोडाला मातीची भर लावू नये. जमिनीच्या मगदुराप्रमाणे उन्हाळ्यात १० ते १५ दिवसांनी व हिवाळ्यात २१ ते २५ दिवसांनी पाणी द्यावे.

लिंबाच्या झाडास जून - जुलै, सप्टेंबर - ऑक्टोबर, आणि जानेवारी - फेब्रुवारी अशी तीन वेळा फूट येते. त्यावेळी त्यांना खते द्यावीत. एक वर्ष वयाच्या झाडाला मे महिन्यात ५ किलो चांगले कुजलेले शेणखत द्यावे. तसेच, वरील तीन वेळांच्या अगोदर प्रत्येक वेळी १५ ते २५ ग्रॅम यूरिया द्यावा. पाच वर्षांच्या झाडाला मे महिन्यात २५ किलो कुजलेले शेणखत द्यावे. तसेच, वरील तीन वेळी प्रत्येकी १०० ग्रॅम यूरिया द्यावा. ही खते झाडाचा घेर लक्षात घेऊन खोडापासून ६० सें. मी. अंतरावर गोलाकार चर खोदून त्यातून द्यावीत.

लिंबाच्या झाडाची अन्न, पाणी शोषणारी बरीच तंतुमय मुळे जमिनीच्या वरच्या थरात असतात. त्यांना मोकळी हवा व पाणी मिळावे, म्हणून झाडाच्या आळ्यातील माती वरचेवर हलवावी.

लिंबाच्या झाडाची बहार धरण्याची पद्धत आहे. त्यामुळे ठराविक हंगामात भरपूर फळे मिळतात. त्यासाठी दीड ते दोन महिने अगोदर पाणी तोडतात. लागवडीनंतर सर्वसाधारणपणे ४-५ वर्षांनी फळे येतात. हिरवा रंग होऊन पिवळसर रंगावर आलेली फळे तोडावीत.

चांगली काळजी घेऊन वाढविलेल्या एका झाडापासून वर्षाला १५०० ते २००० फळे मिळू शकतात. यावरून आपल्या बागेत कागदी लिंबाचे एक झाड जरी असले, तरी ते सर्व कुटुंबाला पुरेल एवढी लिंबे देईल.

♦

केळी

केळी गरिबांचे फळ आहे. कारण थोड्या पैशात त्यातून भरपूर अन्नद्रव्ये मिळतात. अर्थात केळी सर्वांच्या आवडीचे फळ आहे. त्यामुळेच ८५% हून अधिक केळ्यांचा उपयोग खाण्यासाठी होतो.

केळ्यात कर्बयुक्त पदार्थ भरपूर प्रमाणात असल्याने त्यापासून शरीरास उष्णता पुरविणारे ते एक उत्तम अन्न आहे. त्याशिवाय त्यात साखर, प्रथिने, स्निग्ध पदार्थ, कॅलशियम, फॉस्फरस, लोह ही खनिजे व ब गटातील जीवनसत्त्वे असतात. त्याचे औषधी उपयोगही आहेत.

केळीस साधारण उष्ण व दमट हवामान मानवते. तसेच भारी, कसदार, भरपूर सुपीक, सेंद्रिय पदार्थयुक्त गाळाची, पाण्याचा चांगला निचरा होणारी जमीन योग्य असते.

सुधारित जाती

१) बसराई

महाराष्ट्रात ही जात फार लोकप्रिय आहे. ही जात कमी उंचीची म्हणजे १.५ ते २ मीटर उंचीची असते. तिला भरपूर प्रमाणात व चांगल्या दर्जाची फळे येतात. या जातीचा खुंट जांभळट हिरव्या रंगाचा असतो. ही जात हिरव्या सालीची असते. कॅव्हिंडिश केळी या नावाने ती जगभर प्रसिद्ध आहे. याचे घड मोठे असून सारख्या आकाराचे असतात. एका घडात ६ ते ७ फण्या व एका फणीत १२ ते १३ केळी असतात. १५ ते २५ किलो वजनापर्यंत घड असतात. बागेत याच जातीची केळी लावणे योग्य ठरेल.

२) हरीसाल किंवा बॉम्बेग्रीन

या जातीचे झाड उंच म्हणजे ३.५ ते ४ मीटर उंच वाढते. हे केळ पिकले,

तरी त्याच्या सालीचा रंग हिरवा राहतो. म्हणून यास हरीसाल हे नाव आहे. मुंबईत या जातीची केळी फार येतात. कारण ठाणे जिल्ह्यातील वसई भागात हिची अधिक लागवड होते.

याशिवाय लालवेलची, सफेद वेलची, राजेळी, मुठेळी, वाल्हा केळ, बनकेळ, लालकेळ, इत्यादी केळीच्या जाती आहेत. परंतु आपल्या बागेत बसराई केळी लावणे अधिक योग्य ठरेल.

लागवड

केळीची लागवड मुनव्यांपासून करतात. चांगला बुंधा असलेले, शेंड्याकडे निमुळते होऊन तलवारीच्या पात्यासारखी पाने असलेले २ ते ६ महिन्यांचे मुनवे लागवडीसाठी निवडावेत. मुनवे आणल्यानंतर त्यांवरील मुळ्या कापाव्यात. तसेच गड्ड्यावरील १२ ते १५ सें. मी. भाग ठेवून उरलेला भाग कापावा. अशा मुनव्याचे वजन ५०० ते ८०० ग्रॅम असावे.

आपल्या बागेतील लागवडीसाठी यापूर्वी दिलेल्या पद्धतीने ४५×४५×४५ सें. मी. आकाराचा खड्डा काढून तो खतमातीने भरावा. या खड्ड्यात मधल्या भागातील माती बाजूला सारून त्यात हा मुनवा त्याचा कोंब वरच्या बाजूस राहील, असा १५ ते २० सें. मी. खोल लावावा. कारण लावलेल्या मुनव्याच्या मूळच्या गड्ड्यावर नवीन गड्डा तयार होतो. याच्या खालच्या भागावर म्हणजे जुन्या गड्ड्याच्या वरच्या भागातून मुळ्या फुटतात. त्यामुळे मुनवा उथळ लावल्यास नवा गड्डा जमिनीवर येतो आणि झाड वाऱ्याने पडण्याची शक्यता असते.

केळी हे खादाड पीक आहे. त्यास भरपूर खताची आवश्यकता असते. लागवडीचे वेळी शेणखत द्यावे. शिवाय लागवडीनंतर ३ ते ५ आठवड्यांनी प्रत्येक झाडास २५० ग्रॅम सुपर फॉस्फेट व १७५ ग्रॅम म्युरेट ऑफ पोटॅश द्यावे. लागवडीनंतर दोन महिन्यांनी प्रत्येक झाडास ७५ ग्रॅम यूरिया, त्यानंतर एक एक महिन्याने ७५ ग्रॅम यूरिया दोन वेळा द्यावा. खते मुनव्याच्या बुंध्याजवळ १५ ते २० सें. मी. अंतरावर ८ ते १० सें. मी. खोलीचे आळे करून त्यात घालून मातीने झाकावे. मग पाणी द्यावे. वरचेवर खुरपणी करून तण काढावे.

केळीस पाणीही बरेच लागते. सुरुवातीस बेताने पाणी द्यावे. त्यामुळे कंद चांगले वाढतात. हिवाळ्यात ८ ते १० दिवसांनी व उन्हाळ्यात ६ ते ८ दिवसांनी पाणी द्यावे. मात्र केळीच्या खोडाला पाणी लागणार नाही, याची काळजी घ्यावी. केळीच्या बुंध्यालगत येणारी पिल्ले वरचेवर कापावीत.

लागवडीनंतर १० ते १२ महिन्यांनी झाडावर केळींचा घड (लोंगर) येतो. वाऱ्याने घड व खोड मोडू नये, म्हणून त्याला आधार द्यावा. घडावर दुपारचे ऊन

पडत असल्यास घड व दांडा केळीच्या वाळलेल्या पानाने झाकावा. घड तयार होताना घडाचा गर्द हिरवा रंग फिक्कट होतो. फळावरील शिरा जाऊन गोलाई येते. फळावर टिचकी मारल्यास त्यातून खणखण आवाज येतो. त्या वेळी घड काढावा. त्यानंतर झाड कापावे.

◆

डाळिंब

पूर्वी आपल्याकडे क्वचितच दिसणारी डाळिंबाची फळे आता भरपूर मिळू लागली आहेत. कारण कमी पावसाच्या दुष्काळी भागातही, हलक्या जमिनीतही त्याची चांगली लागवड होते. सध्या महाराष्ट्रात डाळिंबाची लागवड बरीच वाढली आहे. डाळिंबाचे लालभडक आकर्षक दाणे कोणास खावेसे वाटत नाहीत ? फळाचा रंगही सुंदर असतो.

डाळिंबाच्या रसात १२ ते १६ टक्के साखर असून ती पचायला हलकी असते. फळाची साल आमांश व अतिसार रोगांवर उपयोगी आहे.

डाळिंबास थंड व कोरडी हवा मानवते. कमी पावसाच्या भागात हे अधिक चांगले येते. या झाडास अगदी निकस जमिनीपासून भारी, काळी व सुपीक जमीन चालते.

सुधारलेल्या जाती

१) गणेश : महाराष्ट्रातील ही एक उत्तम जात आहे. गणेशखिंड फळ संशोधन केंद्र, पुणे येथे ही जात निवड पद्धतीने शोधली आहे. या जातीची फळे मध्यम आकाराची असून त्याच्या बिया मऊ असतात. त्यांच्या दाण्यांचा रंग फिक्कट गुलाबी असून रस गोड असतो. या जातीस भरपूर फळे लागतात.

२) मस्कत : या जातीच्या फळांचा आकार मोठा असतो. फळांची साल फिक्कट हिरवी ते लाल रंगाची असून दाणे फिक्कट करडे ते पांढऱ्या रंगाचे असतात. या जातीचेही उत्पादन चांगले येते.

याशिवाय आळंदी, ढोलका या जाती आहेत. परंतु आपल्या बागेत शक्यतो गणेश डाळिंबाची निवड करावी.

लागवड

बागेतील लागवडीसाठी पूर्वी सांगितल्याप्रमाणे ६० × ६० × ६० सें. मी.

आकाराचा खड्डा काढून तो भरून ठेवावा. डाळिंबाचे गुटी कलम केलेले किंवा छाटे कलमापासून तयार केलेले चांगले जोमदार वाढीचे रोप आणून, थोडा पाऊस पडून गेल्यानंतर किंवा हिवाळ्यात खड्ड्याच्या मध्यभागी रोप लावावे. रोपाभोवतालची माती हलक्या हाताने दाबून, रोप सरळ व ताठ राहील, हे पहावे. त्याला आधारासाठी शेजारी बांबू रोवून त्यास बांधावे. रोप लावल्यानंतर लगेच पाणी द्यावे. मग जरुरीप्रमाणे वरचेवर पाणी द्यावे.

पावसाळा सुरू झाल्यानंतर डाळिंबाच्या प्रत्येक झाडाला प्रत्येक वर्षी १० किलो शेणखत आणि ०.२५ ते ०.५० किलो यूरिया द्यावा. एवढा यूरिया दोनतीन वेळा विभागून द्यावा. खोडाभोवती गोलाकार चर काढून, त्यात खत टाकून मातीत मिसळावे. त्यानंतर पाणी द्यावे. दोन वर्षांनंतर चांगल्या वाढलेल्या प्रत्येक झाडास १५:१५:१५ हे सुफला मिश्रखत ३०० ते ३५० ग्रॅम आणि ३ ते ४ घमेली शेणखत द्यावे. मग पाणी द्यावे.

डाळिंबास वरचेवर नियमित पाणी द्यावे. फुले येण्यास सुरुवात झाल्यानंतर फळे संपेपर्यंतच्या काळात नियमित व भरपूर पाणी द्यावे. त्या वेळी पाणी कमी पडल्यास फुलांची गळ होते. फळांची वाढ होताना पाण्याचा ताण पडून नंतर एकदम भरपूर पाणी दिल्यास फळांना तडे पडतात. काही वेळा फळे गळतात. आळे पद्धतीने खोडास पाणी लागणार नाही, अशा रीतीने ते द्यावे.

डाळिंबाच्या झाडांना बुंध्यापासून नवीन घुमारे फुटतात. ते तळापासून वरचेवर काढून टाकावेत. झाडांची वाढ एकाच मजबूत खोडावर करून घ्यावी. त्यावर अर्धा मीटरपर्यंत कोणतीही फूट वाढू देऊ नये. काही ठराविक फांद्या वाढू देऊन झाडास योग्य आकार द्यावा.

झाड लावल्यानंतर पहिली २-३ वर्षे फुले आली, तरी ती तोडून टाकावीत. झाडाची चांगली वाढ होण्याच्या दृष्टीने या काळात फळे घेऊ नयेत. झाड ३ -४ वर्षांचे झाले, म्हणजे फळे धरावीत. डाळिंबाचा बहार धरण्यासाठी म्हणजे फळे घेण्यासाठी दिवाळीनंतर एक ते दीड महिना झाडाचे पाणी बंद करावे. त्यामुळे झाडाची पाने गळतात. जानेवारीच्या पहिल्या पंधरवड्यात आळ्यातील माती हलवून घ्यावी. मग त्यांना वरीलप्रमाणे खते देऊन पाणी द्यावे. फेब्रुवारी महिन्यात फुले येऊन फळे येतात. फळे टिकून राहण्यासाठी मार्च महिन्यात २०० ग्रॅम यूरिया द्यावा. फुले निघताच आठ दिवसांच्या अंतराने कीटकनाशके फवारावीत.

फुले लागल्यापासून फळ तयार होण्यास ६ महिने लागतात. कमी वयाच्या झाडास कमी फळे लागतात. झाड ८ ते १० वर्षांचे झाल्यानंतर त्यापासून १५० ते २०० फळे मिळतात.

♦

पपई

वर्षभर मिळणारे, कमी किंमतीचे, चवदार, रुचकर व औषधी फळ म्हणजे पपई असे म्हटल्यास वावगे ठरू नये. कारण पपईचे फळ बद्धकोष्ठता, अपचन, अग्निमांद्य, इत्यादी पोटाच्या विकारांवर गुणकारी असून ते पचनशक्ती वाढविण्यास मदत करते.

या फळात 'अ' जीवनसत्त्व फार असते. त्याशिवाय 'ब' व 'क' जीवनसत्त्वेही असतात. पिकलेले फळ खाण्याप्रमाणेच जाम, जेली यांसाठी वापरतात. कच्च्या पपईची भाजी, कोशिंबीर करतात. कच्च्या पपईपासून निघणाऱ्या 'पेपेन' चे बरेच औषधी उपयोग आहेत.

पपईला उष्ण व दमट हवामान मानवते. फळ पिकण्याच्या काळात कोरडे हवामान असावे. पपई लागवडीसाठी हलक्या ते मध्यम भारी जमिनीपर्यंत कोणतीही जमीन चालते. मात्र या जमिनीतून पाण्याचा निचरा चांगला होणे आवश्यक आहे.

सुधारित जाती

१) वॉशिंग्टन : या जातीची झाडे बुटकी असून फळे लंबवर्तुळाकार असतात. त्याचा गर केशरी रंगाचा, चांगल्या चवीचा असतो. फळाचे वजन १.५ ते २ किलो असते. एका झाडावर १०० ते १५० फळे येतात.

२) कूर्ग हनीड्यू : या जातीची फळे लांबट आकाराची, मध्यम ते मोठी पिवळसर रंगाची असतात. फळाचा गर आकर्षक नारिंगी रंगाचा, मऊ व रसदार असतो.

३) सिलेक्शन -७ : याची फळे मध्यम आकाराची, लांबटगोल असतात. याचा गर तांबूस घट्ट असतो.

४) कोईमतूर -१ : ही चांगली जात आहे. याच्या फळाचा आकार

चपटगोल ते लांब गोलपर्यंत असतो. फळाचे वजन १ किलोपासून ७ किलोपर्यंत येते. याचा गर केशरी रंगाचा, आकर्षक, जाडसर व मधासारखा गोड असतो. १०० ते ७०० पर्यंत फळे लागतात.

याशिवाय को -२, को -७, मधुबिंदू, रांची, सिलोन, रेडफ्लेश, इत्यादी जाती आहेत.

हल्ली काही तैवान जातीही आल्या आहेत. त्यांचा गर लाल रंगाचा असतो. त्याही चांगल्या जाती आहेत.

लागवड

पपईची लागवड बियांपासून रोपे करून किंवा बिया कायमच्या जागी लावून करतात. त्यासाठी यापूर्वी दिल्याप्रमणे ४५×४५×४५ सें. मी. आकाराचा खड्डा घेऊन तो खत-मातीने भरावा. त्या खड्ड्यात १०० ग्रॅम रॅलीमिल किंवा स्टेरॅमिल चांगले मिसळावे.

लागवडीसाठी पपईची दोन महिन्यांची २० ते २५ सें. मी. उंचीची आणि ५-६ पाने आलेली रोपे निवडावीत. रोपांची फक्त शेंड्याकडील थोडी पाने ठेवून बाकीची सर्व पाने काढावीत. पपईत पुलिंगी व स्त्रीलिंगी रोपे असल्याने एका खड्ड्यात ३ ते ४ रोपे २० ते २५ सें. मी. अंतर ठेवून त्रिकोणी किंवा चौकोनी आकारात लावावीत. रोपे लावल्यानंतर त्यांच्या सभोवतालची माती चांगली दाबावी. नंतर लगेच पाणी द्यावे. शक्यतो संध्याकाळी लागवड करावी. लागवड कोणत्याही महिन्यात करता येत असली, तरी जूनच्या शेवटी किंवा जुलैमध्ये लागवड करणे चांगले असते.

रोपलागवडीनंतर ३ ते ४ महिन्यांनी झाडांना फुले येतात. लांब देठांच्या फुलांचे मोठे तुरे आलेली नर झाडे असतात. तर पानांच्या बगलेतील लहान देठांची मादी फुले असतात. मादी झाडापासून फळे मिळतात. म्हणून प्रत्येक खड्ड्यात निरोगी एक मादी झाड ठेवून बाकीची मादी अगर नरझाडे बुंध्यातून छाटावीत. मात्र ८ ते १० झाडांसाठी एक नर झाड ठेवावे. म्हणजे आपल्या बागेत एक नर झाड पुरेसे आहे.

पपईचे झाड खादाड झाड आहे. त्याला वर्षभर खतांची जरुरी असते. रोपे चांगली फुटून निघाल्यानंतर, म्हणजे साधारण एक महिन्याने संपूर्ण झाडाभोवती १० ते १२ सें. मी. अंतरावर २० ते २२ सें. मी. खोलीची गोलाकार चारी काढावी. त्यात २५० ग्रॅम स्टेरामिल किंवा बोनमिल, ५०० ग्रॅम सुफला व एक पाटीभर चांगले कुजलेले शेणखत मिसळून चारी बुजवावी. लागवडीनंतर दोन महिन्यांच्या अंतराने प्रत्येक झाडास १ घमेले शेणखत, २५ ग्रॅम यूरिया, ७५ ग्रॅम

सुपर फॉस्फेट व २० ग्रॅम म्युरेट आणि पोटॅश वरील पद्धतीने द्यावे. खत दिल्यावर पाणी द्यावे. बुंध्याजवळ पाणी साचू देऊ नये. पाणी साचल्यास झाडास मूळकुजव्या रोग होऊन झाड मरते. हिवाळ्यात ८ ते १० दिवसांनी व उन्हाळ्यात ५ ते ६ दिवसांनी पाणी द्यावे. आळ्यात तण असल्यास ते काढून माती वरचेवर हलवावी.

रोपे लावल्यापासून दहाव्या किंवा अकराव्या महिन्यापासून फळे येतात. फळधारणा सुरू झाल्यावर भरपूर फुले येऊन फळे लागतात. पुष्कळदा एकाच ठिकाणी जास्त फळे लागतात. त्यांची दाटी झाल्याने त्यांचा आकार लहान व वेडावाकडा होतो. म्हणून सर्वच्या सर्व फळे वाढू देऊ नयेत. काही फळे लहानपणीच काढावीत. फळधारणेपासून १२० ते १५० दिवसांत फळे तयार होतात. फळे तयार होताना त्यावर पिवळे डाग पडतात. त्या वेळी फळे काढावीत.

◆

सीताफळ

सीताफलं नु मधुरं, शीलं हृद्यबलप्रदम् ।
वातलं कफकृत्स्वादु पुष्टि कृप्तित्तनाशनम् ।।

वरील श्लोकात म्हटल्याप्रमाणे सीताफळ मधुर, शीतल, हृदयाला शक्ती देणारे, वात, कफ कमी करणारे, स्वादिष्ट, पित्तनाशक, पुष्टी देणारे आहे. यावरून सीताफळ किती महत्त्वाचे फळ आहे, हे स्पष्ट होते.

या झाडाला उष्ण व कोरडे हवामान लागते. कोणत्याही प्रकारच्या पाणी धरून न ठेवणाऱ्या जमिनीत हे वाढते. याच्या काही खास जाती नाहीत. फक्त हिरवट व लालसर असे दोन प्रकार आहेत. आंध्र प्रदेशातील संगारेड्डी संशोधन केंद्रात सीताफळाच्या बाळानगर, वॉशिंग्टन पी -१, बार्बाडोस, इत्यादी जाती शोधून काढल्या आहेत. या जातीची फळे आकाराने मोठी असून त्यांत गर अधिक व बिया कमी असतात.

लागवड

सीताफळाचे ताजे बी दोन दिवस भिजत घालून नंतर खत मातीने भरलेल्या पॉलीथिन पिशवीत लावावे. तेथे रोप वर्षभर वाढवावे. असे रोप ४५×४५×४५ सें. मी. आकाराच्या खतमातीने भरलेल्या खड्ड्यात जुलै महिन्यात लावावे. यापूर्वी दिल्याप्रमाणे खड्डा काढून तो भरावा.

दुसऱ्या वर्षी झाडाला पावसाळ्यापूर्वी २ ते ३ घमेली शेणखत आणि २०० ग्रॅम १५:१५:१५ सुफला द्यावे. दोन वर्षांनंतर झाडास दरवर्षी ४ ते ५ घमेली शेणखत व ३०० ग्रॅम मिश्रखत द्यावे. त्यामुळे झाडाची जोमदार वाढ होते. पहिली तीन वर्षे उन्हाळ्यात पाणी द्यावे. त्यानंतर सप्टेंबर-ऑक्टोबरमध्ये पाणी द्यावे. त्यामुळे भरपूर फळे लागतात.

सर्वसाधारणपणे झाड लावल्यापासून ५ ते ६ वर्षांनी फळे मिळतात. या झाडांना जून-जुलैमध्ये फुले येतात. पाच महिन्यांनंतर म्हणजे सप्टें. ते नोव्हेंबर मध्ये फळे तयार होतात. ६ ते ७ वर्षे वयाच्या झाडास ५० फळे व ९ ते १० वर्षानंतर प्रत्येक झाडास सुमारे १०० फळे लागतात.

♦

पेरू

स्वस्त व मस्त पेरू सर्व थरांतील लोकांच्या आवडीचा आहे. पेरूत 'क' जीवनसत्त्व मोठ्या प्रमाणात असते. त्याशिवाय त्यात प्रोटिन्स, कार्बोहायड्रेटस, फॉस्फरस, लोह इत्यादी शरीरास पोषक अन्नद्रव्ये असतात. पेरूपासून जॅम, जेली, सॅलड, चीज इत्यादी अनेक पदार्थ करतात. पेरूची जेली उत्कृष्ट होते.

पेरूच्या फळाप्रमाणे झाडाचेही अनेक उपयोग आहेत. झाडाचे लाकूड बाजाच्या पेट्या, नक्षीकाम, इत्यादीसाठी उपयोगी असते. तर त्याची साल व सुकलेली पाने यांपासून भगवा रंग करतात. तो कपडे रंगविण्यासाठी उपयोगी होतो. पेरूची साल 'आवे' वर औषध म्हणून उपयोगी होते. साल पाण्यात उकळून गुळण्या केल्यास दात दुखायचे थांबतात. सालीच्या रसाने जखमा बऱ्या होतात.

सुधारित जाती

१) सरदार पेरू : या जातीस पूर्वी लखनौ -४९ म्हणत असत. या जातीची झाडे फारशी उंच वाढत नाहीत. ती अधिक पसरट वाढतात. याची फळे आकाराने मोठी व गोल असतात. त्यात बिया कमी असतात. याचा गर सफेद व चवीला गोड असतो. महाराष्ट्रात याच जातीची लागवड अधिक आहे. कारण ही जात भरपूर उत्पादन देते.

२) लखनौ -४६ : याचे झाड आकाराने लहान असून फार सावकाश वाढते. याचे फळ मध्यम आकाराचे असून त्याचा आकार अंडाकृती असतो. या फळाची साल गुळगुळीत असून, पिकल्यावर ती पिवळी पडते. याचा गर गोड असून त्याच्या बिया मऊ असतात. सरदार पेरूपेक्षा या जातीचे कमी उत्पादन येते.

याशिवाय नाशिक, कोथरूड, ढोलका, धारवाड या जातीही आहेत. आपल्या बागेत शक्यतो सरदार पेरूचे झाड लावावे.

लागवड

पेरूची लागवड दाब कलमाने केलेल्या रोप कलमापासून करावी. लागवडीसाठी ६० × ६० × ६० सें. मी. आकाराचा खड्डा काढून यापूर्वी सांगितलेल्या पद्धतीने भरावा. पावसाच्या सुरुवातीस किंवा जोराचा पाऊस संपल्यावर खड्ड्याच्या मधोमध माती बाजूला सारून, लहान खड्डा करून, त्यात रोप कलम लावावे. कलमाच्या भोवतालची माती चांगली दाबावी. त्यास काठीचा आधार द्यावा. कलम लावण्यापूर्वी त्याची शेंड्याकडील काही पाने ठेवून खालच्या बाजूची पाने, फूट काढून टाकावी. कलम केलेला रोपाचा भाग जमिनीपासून १५-२० सें. मी. वर राहील, याची काळजी घ्यावी.

या कलमाची एक मीटर उंचीपर्यंत सरळ वाढ होऊ द्यावी. तोपर्यंत खोडावर मध्यंतरी फुटणाऱ्या फांद्या काढाव्यात. एक मीटर उंची वाढल्यानंतर जोमदार वाढीच्या, सर्व दिशांना येतील, अशा प्रकारे ४-५ फांद्या वाढू द्याव्यात. रोगट, वाळलेल्या फांद्या छाटून झाडास डौलदार आकार द्यावा.

सुरुवातीस पेरूच्या झाडास १-२ घमेली चांगले कुजलेले शेणखत किंवा कंपोस्ट खत आणि ७५ ग्रॅम यूरिया द्यावा. झाडाच्या वयानुसार खताचे प्रमाण वाढवावे. पाचव्या वर्षानंतर प्रत्येक झाडास पाच घमेली शेणखत आणि १.२५ किलो यूरिया द्यावा. ही खते खोडाभोवती व फांद्यांच्या पसाऱ्याखाली गोलाकार चर काढून त्यात टाकून, मातीने झाकावीत. मग बागेस पाणी द्यावे.

पेरूची झाडे चार-पाच वर्षांची झाली, म्हणजे त्या झाडाचा बहार धरावा. त्यासाठी फेब्रुवारी महिन्यापासून १॥ ते २ महिने पाणी तोडावे. झाडावरील बरीच पानगळ होऊ द्यावी. मग झाडाभोवतालची माती हलवून घ्यावी. मे महिन्याच्या शेवटी झाडास पाच घमेली शेणखत द्यावे. जूनमध्ये पाऊस न पडल्यास दोन-तीन वेळा हलकेसे पाणी द्यावे. पहिल्या पाण्याच्या अगोदर वर सांगितल्याप्रमाणे निम्मा यूरिया व जुलै अखेरीस निम्मा यूरिया द्यावा. कारण झाडास जुलै महिन्यात फुले येतात.

वरीलप्रमाणे पाणी बंद करून घेतलेल्या बहाराची फळे नोव्हेंबर महिन्यापासून तयार होतात. फळांचा हंगाम जानेवारीअखेर चालू राहतो. पिकलेल्या फळाचा गर्द हिरवा रंग बदलून तो पिवळसर होतो. फळ हातास नरम लागते. वरीलप्रमाणे झाडाची काळजी घेतल्यास चांगल्या वाढलेल्या झाडापासून दरवर्षी ८०० ते १००० फळे मिळतात.

◆

आंबा

आंबा म्हणजे फळांचा राजा ! आंबा हेच भारताचे राष्ट्रीय फळ मानावे लागेल. कारण क्षेत्र, उत्पादन, पौष्टिक घटक, लोकप्रियता या बाबतींत आंब्याची बरोबरी इतर कोणतेही फळ करू शकत नाही. आंब्याच्या स्वादाचे वर्णन करण्यापेक्षा तो चाखणेच योग्य ठरेल.

पिकलेला आंबा उत्साहवर्धक, शरीरवर्धक व पौष्टिक समजतात. आंब्यात अ, ब, क जीवनसत्त्वे भरपूर असतात. पिकलेल्या आंब्यात प्रोटिन्स, कार्बोहायड्रेट्स, कॅलशियम, फॉस्फरस, इत्यादी असतात.

या फळाच्या राजाला भरपूर पाऊस, उष्ण व दमट हवामान मानवते. त्यास मध्यम ते हलक्या प्रतीची व पाण्याचा चांगला निचरा होणारी थोडीशी आम्लयुक्त जमीन अधिक योग्य असते.

सुधारित जाती

१) हापूस : सर्वांच्या आवडीची ही जात आहे. या फळाचा उत्तम स्वाद व चव, आकर्षक रंग, आकार, तंतू नसलेला गर, इत्यादी चांगले गुणधर्म आहेत. पिकल्यानंतरही या जातीचा आंबा बरेच दिवस चांगला राहतो. याचे फळ मध्यम आकाराचे, तिरकस अंडाकृती व पिवळ्या रंगाचे असते. कोकणातील हवामानात व जमिनीत या जातीस भरपूर फळे लागतात. इतर ठिकाणी कमी फळे मिळतात. प्रतही तितकीशी चांगली नसते.

२) पायरी : हापूस खालोखाल ही महत्त्वाची जात आहे. मध्यम अंडाकृती आकाराचे हे फळ पिकल्यावर त्यावर आकर्षक लाल रंग येतो. फळात चांगला रस असून तो फार गोड असतो. म्हणून आंबरसासाठी पायरी वापरतात. कोकणाप्रमाणेच इतर भागांतही ही जात चांगली वाढून भरपूर फळे मिळतात. याची फळे लांबट

आकाराची असतात. ती रसासाठी व कापून खाण्यासाठी चांगली असतात. फळाचा गर गोड व उत्तम स्वादाचा असतो. फळे थोडी उशिरा तयार होतात. किनारपट्टीच्या भागात तसेच इतर भागांतही या जातीच्या झाडास भरपूर फळे लागतात.

याशिवाय दशहरी, लंगडा, तोतापुरी, गोवा मानकूर, मल्लिका, आम्रपाली, रत्ना, सिंधू अशा अनेक जाती आहेत. आपल्या आवडीप्रमाणे जातीची निवड करावी. मात्र आपले हवामान, जमीन कशी आहे, हेही ध्यानात ठेवावे. आंब्याच्या झाडाचा विस्तार फार वाढतो. त्याची मुळे बरीच लांब जातात. म्हणून बागेची जागा मोठी असेल, तरच आंबा घरापासून दूर अंतरावर लावावा. लहान बागेत शक्यतो आंबा लावू नये.

लागवड

आंब्याची लागवड कलमापासून करतात. आंब्याचे झाड बरीच वर्षे आपल्या बागेत रहाणार असल्याने चांगल्या प्रतीचे कलम खात्रीच्या ठिकाणाहून आणावे. पूर्वी सांगितल्याप्रमाणे १×१×१ मीटर आकाराचा खड्डा काढून तो खतमातीने भरून ठेवावा. या खड्ड्यात मधली माती थोडी बाजूला करून, त्या ठिकाणी आंब्याचे कलम पावसाळा सुरू झाल्याबरोबर लावावे. कलम लावताना कलमाची हुंडी फुटणार नाही आणि कलमाचा जोड जमिनीच्या वर राहील, याची काळजी घ्यावी. खड्ड्यात हुंडी ठेवून हुंडीभोवतालची माती हलक्या हाताने दाबावी. कलम लावल्यानंतर त्यास काठीचा आधार द्यावा. त्यामुळे कलम सरळ वाढेल. वाऱ्याने पडणार नाही.

पहिल्या वर्षी उन्हाळ्यात कलमास सावली करावी. कलमाचे खोड अर्धा ते पाऊण मीटर उंचीपर्यंत सरळ वाढू द्यावे. त्यावर येणारी फूट काढावी. कलमाच्या जोडापासून खुंटावर खाली येणारी फूटही वरचेवर काढावी. झाडास चांगला आकार येईल, अशा ३-४ फांद्या ठेवाव्यात. वाळलेल्या, किडीने खाल्लेल्या फांद्या छाटाव्यात. नवीन फुटणाऱ्या पालवीवर कीटकनाशके नियमित फवारावीत. पहिली तीनचार वर्षे कलमास मोहोर आल्यास तो खुडावा. पाचव्या वर्षापासून फळे घ्यावीत.

आंब्याच्या झाडाला सेंद्रिय व रासायनिक खतांची फार आवश्यकता असते. पहिल्या वर्षी एक घमेले शेणखत, ३०० ग्रॅम यूरिया, ३०० ग्रॅम सिंगल सुपर फॉस्फेट व १०० ग्रॅम म्युरेट ऑफ पोटॅश द्यावे. ९ वर्षेपर्यंत प्रत्येक वर्षी या प्रमाणात वाढ करून खते द्यावीत. म्हणजेच ९ व्या वर्षी ९ घमेली शेणखत, २७०० ग्रॅम सिंगल सुपर फॉस्फेट व ९०० ग्रॅम म्युरेट ऑफ पोटॅश द्यावे. त्यानंतर झाडाची वाढ लक्षात घेऊन या खतात थोडीशी वाढ करावी. चार वर्षापर्यंत ही खते थोडी थोडी हप्त्याने द्यावीत. पाचव्या वर्षी फळे घेण्यास सुरुवात केल्यावर जून-

ऑक्टोबर व जानेवारी महिन्यात खते द्यावीत. खते फांद्यांच्या पसाऱ्याखाली, १५ सें.मी. खोलीचा, खोडापासून लांब अंतरावर चर घेऊन त्यात टाकून मातीत मिसळावीत. मग झाडास पाणी द्यावे.

पहिल्या वर्षी कलमांना उन्हाळ्यात २ ते ३ दिवसांनी, २ ते ५ वर्षे वयाच्या झाडांना ४ ते ५ दिवसांनी, ५ ते ८ वर्षे वयाच्या झाडांना १० ते १५ दिवसांच्या अंतराने पाणी द्यावे. मोहोर लागल्यापासून फळे निघेपर्यंत आणि विशेषत: फळे वाढण्याच्या काळात पाणी कमी पडू देऊ नये.

झाड पाच वर्षांचे झाल्यानंतर फळे घ्यावीत. त्यासाठी झाडावर मोहोर येताच कीटकनाशके फवारावीत. कोकणात नोव्हेंबर-डिसेंबर व इतर ठिकाणी फेब्रुवारीच्या मध्यापर्यंत मोहोर येतो. तो टिकला, तरच फळे येतात. फळांचा हंगाम एप्रिल ते जून असतो. पूर्ण पक्व झालेली फळे काढावीत. एका झाडाला २५० ते ३०० फळे लागतात.

◆

आवळा

आवळा हे औषधी आणि पैसा या दोन्ही दृष्टीने उपयोगी आहे. आवळ्यात भरपूर प्रमाणात 'क' जीवनसत्त्व असते. आवळ्याच्या ताज्या रसात संत्र्यापेक्षा २० पट अधिक 'क' जीवनसत्त्व आढळते. आवळ्याच्या फळांचे केशसंवर्धक तेल, खाद्य पदार्थ, टॉनिक व इतर असे महत्त्वाचे उपयोग आहेत. त्रिफळा चूर्ण, आम्लनाशक चूर्ण, लोहासव, महासुदर्शन चूर्ण इत्यादी आयुर्वेदिक औषधे व शक्तिवर्धकात आवळ्यांचा उपयोग होतो.

हवामान - आवळा हे उष्ण कटिबंधातील फळ आहे. जेथे उन्हाळा जास्त उष्ण आणि हिवाळा अधिक थंडीचा असतो अशा प्रदेशातही आवळ्याची झाडे चांगली वाढतात. मोठी झाडे उष्ण हवामान (४०° सें.) व गोठवणारी थंडी सहन करू शकतात. पण झाडे लहान असताना जास्त उष्णता व कडक थंडी पासून त्यांचे संरक्षण करणे आवश्यक असते. दुष्काळी भागासाठी आवळा हे फळझाड वरदान आहे. कारण कमी पावसाच्या भागात हे फळझाड चांगले वाढून भरपूर उत्पन्न देते.

जमीन - आवळा फळझाडाची लागवड विविध प्रकारच्या जमिनीत यशस्वीरित्या करता येते. अत्यंत हलकी, खडकाळ, गाळाची, भारी अशा प्रकारच्या जमिनीत आवळ्याचे झाड वाढते. आवळ्याच्या फळझाडास अलिकडे विशेष महत्त्व आले आहे. कारण महाराष्ट्रातील साखर कारखान्याच्या भागात सतत उसाचे पीक घेतल्यामुळे जमीन अल्कलीयुक्त बनते आहे. अशा जमिनीत आवळ्याशिवाय इतर कोणतेही फळझाड किफायातशीर होत नाही. अशा जमिनीत आवळा लागवड कोरडवाहू फळझाड म्हणून करता येते.

सुधारित जाती - आवळ्याच्या पुष्कळ रानटी किंवा डोंगरी जाती आहेत. त्यांच्या फळांचा आकार फार लहान असल्याने त्यांची लागवड करणे फायदेशीर

ठरत नाही. सध्या बनारसी, फ्रॉन्सिस, चाकिया व नाशिक ह्या उत्तम जाती आहेत. उत्तर प्रदेशात आवळ्याची सर्वात जास्त लागवड आहे. तेथे संशोधन करून नवीन जाती विकसित केल्या आहेत. त्यात कृष्णा, कांचन, नरेंद्र नं. ७ इत्यादींचा समावेश आहे. या जातीची वैशिष्ट्ये पुढीलप्रमाणे आहेत.

१) बनारसी - फळ मोठे आकाराचे, चकचकीत पिवळसर रंगाचे असते. फळाचा व्यास ४ ते ५ सें. मी. व वजन २८ ते ३० ग्रॅम असते. फळाचा दर्जा उत्तम प्रकारचा असून मुरंबा व लोणच्याकरिता चांगले आहे. पण या जातीला फळधारणा कमी होते.

२) फ्रॉन्सिस - या जातीच्या तयार झालेल्या फळाचे वजन ३६ ते ४० ग्रॅम असते. आकार मोठा असतो. फळाची लांबी ४.४ सें. मी. व व्यास ४.९४ सें. मी असतो. ही जात नेक्रॉसिस रोगास बळी पडते.

३) चाकिया - ही भरपूर उत्पादन देणारी जात आहे. या जातीचे आवळे मध्यम आकाराचे व चपटे असतात. फळांचा रंग फिक्कट हिरवा असतो. फळ ३ ते ५ सें. मी. व्यासाचे व २० ते २५ ग्रॅम वजनाचे असते. ही जात रोगास बळी पडत नाही. त्यामुळे तिची लागवड सध्या जास्त प्रमाणात होत आहे.

४) कृष्णा - (एन. ए. -५) ही जात बनारसी जातीमधील निवड पद्धतीने विकसित केली असून त्याची फळे मध्यम ते मोठी म्हणजे ४२ ते ४५ ग्रॅम वजनाची असतात. त्याच्या फळात रेषांचे प्रमाण १.४ टक्के असून क जीवनसत्त्व ७४३ मि. ग्रॅम. प्रति १०० ग्रॅम वजनात असते. ही जात लवकर येणाऱ्यात मोडते.

५) कांचन - (एन. ए. -४) ही जात चाकीयापासून निवड पद्धतीने विकसित केली आहे. झाड पसरट असून त्याचे उत्पादन अधिक येते. या जातीचे मादी फुलांचे दर फांदीप्रमाण ४.६० आहे. तर चाकियात ते ४.१० पर्यंत असते. यांचे उत्पादन जास्त येते.

याशिवाय एन. ए. ७ म्हणजे निलम, एन. ए. ९, एन. ए. १० किंवा बळवंत, एन. ए. ६ किंवा अमृत ह्या जाती उत्तर प्रदेशातील नरेंद्र कृषी विद्यापीठाने त्यांचा अभ्यास करून त्यातील काही जातींची महाराष्ट्रात लागवडीसाठी शिफारस केली आहे.

लागवड पद्धत

उन्हाळ्यात बागेस ८ × ८ मीटर अंतरावर ०.५० × ०.५० × ०.५० मीटर किंवा १.५ फूट आकाराचे खड्डे घेऊन ते शेणखत व मातीच्या मिश्रणाने भरून घ्यावेत. रोपे अथवा डोळे भरून कलमांची लागवड खड्ड्यात मधोमध करावी. राय आवळयाची लागवड ४×४ मीटर अंतरावर करावयाची असते. लागवड जर

कोरडवाहू फळासाठी करावयाची असल्यास रोपे जूनमध्ये लावून त्याचे रूपांतर पुढील वर्षी जानेवारीमध्ये करता येते. कलम केलेल्या झाडांचे एका उन्हाळ्यात संरक्षण केले तर त्यानंतर ती चांगली वाढतात. पहिली दोन वर्षे उन्हाळ्यात वरपाणी देणे आवश्यक असते.

खते

आवळा हे जंगली फळझाड आहे. त्यामुळे खते, पाणी नियमित देण्याची पद्धत नाही. पण या सुधारित जातीत खत मात्रा आवश्यक असतात. अशा आवळ्यास डोळे भरून आल्यानंतर दुसऱ्या वर्षापासून नियमित खते द्यावीत. सप्टेंबर-ऑक्टोबरमध्ये अर्धे खत व एप्रिल-मे मध्ये अर्धे देण्याची शिफारस आहे. पण पाण्याची व्यवस्था नसेल तर एप्रिल-मे ची मात्रा जूनपर्यंत पुढे ढकलावी. खतांच्या मात्रा म्हणजे ५०० ग्रॅम नत्र, २५० ग्रॅम स्फुरद व २५० ग्रॅम पालाश ही असून सुधारित जातीच्या झाडास ह्या मात्रा द्याव्यात.

पाणी देणे

प्रथम एक ते दोन वर्षे पाणी द्यावे लागते. अन्यथा आवळ्यास पाण्याची गरज नसते. त्याचा जीवनक्रम कोरडवाहू आहे. यास फेब्रुवारीत फुले येतात. मार्चमध्ये फळधारणा होते. पण फळांची वाढ जूननंतर पाऊस पडल्यावरच होते. तोपर्यंत फळे सुप्तावस्थेत मोहरीच्या आकारात ३ ते ४ महिने तशीच राहतात. पाणी दिले तरी फळाची वाढ फारशी होत नाही.

रोग व किडी

नेक्रॉसिस - आवळ्याचे झाड सहसा कुठल्याही रोगास बळी पडत नाही. तरी पण काही वेळा नेक्रॉसिस हा रोग आढळतो. त्यासाठी उपाय म्हणजे त्यावर ०.६ टक्के बोरॅक्सची सप्टेंबर-ऑक्टोबरमध्ये २ ते ३ वेळा फवारणी करावी.

खोडअळी

ऑगस्ट-सप्टेंबरमध्ये लहान अळी खोडास छिद्र करून आत शिरते. या छिद्रात रॉकेल किंवा न्यूवॉनचा बोळा खुपसावा. छिद्र ओल्या मातीने बंद करावे.

उत्पादन

आवळ्याची पानगळ डिसेंबर-जानेवारीत होते. नवीन पाने मार्च-एप्रिलमध्ये येतात. त्याचवेळी पानाच्या बगलेत गुच्छदार दाट फुले येतात. त्यात नर व मादी अशी दोन्ही फुले वेगवेगळी असतात. जुलैपर्यंत फळांची वाढ होत नाही. त्यानंतर

मात्र चांगली वाढ होते. फळे हिवाळ्यात काढणीस तयार होतात. ऑक्टोबर-नोव्हेंबर ते जानेवारीपर्यंत फळांची तोडणी करता येते. आवळ्याची लागवड केल्यानंतर ४ ते ५ वर्षांनी फळे मिळतात. पूर्ण वाढ झालेल्या झाडापासून सरासरी १५० ते २०० किलो उत्पन्न मिळते. त्याचा भाव रु. १० प्रतिकिलो धरला तरी १५०० ते २००० रुपये एका झाडास मिळू शकतात.

♦

झाडांना संरक्षण हवे

माणसाप्रमाणे वनस्पतीही निरोगी हव्यात. तसे असेल, तर आपणांस त्यापासून हव्या त्या प्रमाणात उत्पादन मिळते. पण असे अनेकदा घडत नाही. आपण बरेच श्रम घेऊन, पैसे खर्च करून लावलेली शोभेची फुलझाडे, फळझाडे, भाजीपाला यांवर अनेक रोगकिडी हल्ला करतात. आपल्या तोंडाशी आलेला घास काढून घेतात. म्हणून त्यांचे या रोगकिडींपासून संरक्षण करणे फार महत्त्वाचे आहे.

प्रतिबंधक उपाय : रोग - किडी आल्यानंतर त्यावर उपाययोजना करण्यापेक्षा त्या येऊ नयेत, म्हणून प्रतिबंधक उपाय योजणे फार महत्त्वाचे आहे. मोठेपणी काही आजार होऊ नयेत, म्हणून सध्या आपण लहान मुलांना निरनिराळे औषधाचे डोस देतो ना ? तसाच हा प्रकार आहे.

प्रतिबंधक उपायात पहिली महत्त्वाची गोष्ट, म्हणजे काही ठराविक जातीचे बी काही रोग - किडींना प्रतिबंध करते. म्हणून लागवड करताना असे रोगकिडींना प्रतिबंध करणारे बियाणे निवडावे. उदा., पुसा सावनी जातीच्या भेंडीवर मोझॅक येत नाही. तसेच बी किंवा रोपे लावताना त्यावर काही प्रक्रिया करतात किंवा औषध लावतात. अशी प्रक्रिया पेरणीपूर्वी अवश्य करावी. तसेच शास्त्रोक्त लागवडीचा अवलंब केल्यानेही काही रोग-किडींचा बंदोबस्त होतो. पपईच्या झाडाच्या बुंध्याजवळ पाणी साठल्यास मूळकुजव्या रोग होतो. त्यासाठी असे पाणी साठू देऊ नये.

काही रोगांचा प्रसार जमिनीतून होतो. म्हणून पुढील हंगामात तोच भाजीपाला किंवा तीच झाडे रोग झालेल्या जमिनीत घेऊ नयेत.

नियंत्रणाचे उपाय : रोग - किडी नियंत्रणाचे तीन प्रकारचे प्रमुख उपाय आहेत.

१) कल्चरल कंट्रोल : काही रोगकिडी काही ठराविक तणांवर किंवा वनस्पतीवर वाढतात. अशी तणे किंवा वनस्पती बागेत ठेवू नयेत. जमिनीवर किंवा

जमिनीत किडींची अंडी, अळी असतात. त्यांचा नाश करावा. योग्य ती पिकांची फेरपालट करावी. त्यामुळे काही किडींना आळा बसतो. पाणी साठल्यास रोगांना आमंत्रण मिळते. म्हणून झाडांच्या बुंध्याजवळ पाणी साठू देऊ नये. त्यासाठी रोपे गादीवाफ्यावर लावावीत. बागेत रोपांची दाटी झाल्यासही त्यांवर रोग-किडी येण्याची शक्यता असते. म्हणून बागेत रोपांची योग्य संख्या हवी. हुमणी, मुंग्या, वाळवी यांसारख्या किडींचा प्रसार शेणखत किंवा कंपोस्ट खतामार्फत होतो. म्हणून वापरावयाचे शेणखत अगर कंपोस्ट खत चांगले कुजलेले असावे.

यांत्रिक नियंत्रण : बागेत एखाद्या रोपावर रोगाचा प्रादुर्भाव दिसल्यास ताबडतोब ते रोप काढून नष्ट करावे. त्यामुळे दुसऱ्या झाडावर रोगांचा प्रादुर्भाव होणार नाही. उदा., वांगी, टोमॅटो, मिरची यांची पाने लहान झाल्यास ती उपटून टाकावीत. फक्त काही पाने किंवा फुलांवर प्रादुर्भाव असेल, तर तेवढाच भाग काढून टाकावा. अळ्या, फुलकिडे, इत्यादी दिसणाऱ्या किडी हातांनी वेचून त्यांचा नाश करावा.

रासायनिक नियंत्रण : वरील दोन्ही उपायांचा उपयोग न झाल्यास या उपायाचा अवलंब करावा. सध्या निरनिराळ्या रोग-किडींवर विविध औषधे फवारून त्यांचे नियंत्रण केले जाते. परंतु त्यातही ज्या औषधांचा मानवी शरीरावर वाईट परिणाम होत नाही, अशी काही घरगुती औषधे फवारण्याकडे अधिक लक्ष द्यावे. त्यामुळे नियंत्रण झाले नाही, तरच बाजारात मिळणारी विषारी रासायनिक औषधे वापरावीत.

काही औषधे द्रवस्वरूपात, काही भुकटीच्या स्वरूपात असतात. ती फवारण्यासाठी स्प्रेअर व डस्टरांचा उपयोग करावा. क्लोरेडेन सारखी भुकटी जमिनीतच मिसळतात. ही औषधे बाटलीवर किंवा डब्यावर लिहिलेल्या प्रमाणातच फवारावी. त्यांचे प्रमाण कमी झाल्यास त्यांचा उपयोग होत नाही. तर जास्त प्रमाणात झाल्यास वाईट परिणाम होतो. परंतु अनेकदा आपण त्याकडे लक्ष देत नाही. अर्थात हे प्रमाण कसे ठरवावे, हेही काहीना समजत नाही. त्यासाठी पुढील ठोकताळे लक्षात ठेवावेत. अर्थात हे नक्की प्रमाण नाही.

चहाचा चमचा (टी स्पून) औषध घेतल्यास ते सुमारे ५ ग्रॅम आणि टेबल चमचा १० ग्रॅम होते. जर आपणांस औषध पाण्यात मिसळून ०.१% शक्तीचे द्रावण करावयाचे असेल, तर एक टेबल चमचा भरून ते पाच लिटर पाण्यात मिसळावे.

ही विषारी औषधे फवारण्यापेक्षा कडूलिंबाच्या पाल्याचा अर्क बागेतील झाडावर, भाजीपाल्यावर फवारल्यास त्याचा फायदा होतो, असा काहींचा अनुभव आहे. हा अर्क करण्यासाठी ५० ग्रॅम पाने १ लिटर पाण्यात १० मिनिटे उकळून, ते पाणी

गाळून घेऊन फवारावे.

बागेत अनेकदा मुंग्या आढळतात. त्यांवर क्लोरेडेन पावडर टाकतात. पण तिचा वास येतो. ती विषारीही असते. त्याऐवजी या मुंग्यांवर हळदपूड टाकल्यास मुंग्या निघून जातात, असा काहींचा अनुभव आहे. तसेच पाच लिटर पाण्यात एक चमचा रॉकेल टाकून ते पाणी मुंग्यांवर टाकावे. आपण अनुभव घेण्यास हरकत नाही.

या घरगुती औषधाप्रमाणेच निकोटिन-साबणाचे मिश्रणही चांगले परिणामकारक असते. ते करण्यासाठी ३० ग्रॅम साबण व ३० ग्रॅम तंबाखूची पाने घेऊन ती १.८ लिटर पाण्यात मिसळून सर्व साबण विरघळेपर्यंत ते उकळावे. ते थंड करून साठवावे. मग झाडावर फवारावे. हे मिश्रण काही आठवडे चांगले राहू शकते.

विषारी कीटकनाशके : कडूलिंबाच्या पाण्याचा अर्क किंवा निकोटीन द्रावणाचा बागेतील रोग - किडीवर परिणाम झाला नाही, तर मग मात्र इतर विषारी कीटकनाशकांचा वापर करणे भाग आहे. त्यांतल्या त्यांत कमी विषारी औषधे वापरण्याचा प्रयत्न करावा. ही औषधे वापरताना पुढील काळजी घ्यावी.

ज्या वेळी पाऊस किंवा वारा नसेल, अशा दिवशी सकाळी किंवा सायंकाळी औषधे फवारावीत. औषधफवारणीनंतर पाऊस पडल्यास सर्व औषधे धुऊन जातात. दिलेल्या प्रमाणांत त्यांचा वापर करावा. कमी प्रमाणाने परिणाम होत नाही, तर अधिक प्रमाणाने नुकसान होते. औषधे फवारल्यानंतर तीन आठवड्यांनी भाजीपाला किंवा फळे तोडावीत. त्या मुदतीच्या अगोदर भाजीपाला किंवा फळे तयार होणार असतील, तर त्यांची प्रथम तोडणी करून मग औषधफवारणी करावी. औषधफवारणीनंतर हात, तोंड साबणाने स्वच्छ धुवावेत. फवारणी करीत असताना काही खाऊ नये किंवा सिगारेट ओढू नये. मुलांच्या हाताला लागणार नाही, अशा ठिकाणी 'विषारी औषधे' असे लिहून ही कीटक नाशके साठवावीत.

पक्षी व उंदरांचा उपद्रव : बागेतील झाडांना, भाजीपाला बागेत अनेकदा पक्ष्यांचा फार त्रास होतो. पक्ष्यांच्या उपद्रवामुळे बागेत मोठे नुकसान होते. कारण काही पक्षी त्यांना आवडणारे फुलातील बी खातात. तर शेंगभाज्या, मक्याची कणसे यांतील बी खाऊन आपणांस काहीच शिल्लक ठेवत नाहीत. पक्ष्यांच्या उपद्रवापासून संरक्षण करण्यासाठी नायलॉन जाळ्याचा वापर करावा. काही ठिकाणी वानरांचाही त्रास होतो.

बागेत उंदरांचा त्रास असेल, तर सापळे लावावेत. त्याच्या जोडीला उंदरांची बिळे शोधून त्या ठिकाणी गव्हाच्या पिठात मिसळलेले विषारी औषध संध्याकाळी ठेवावे.

निरनिराळ्या किडी : बागेतील फुलझाडांवर, भाजीपाल्यावर, फळझाडांवर अनेक रोग-किडी येतात. त्यांची थोडी तरी माहिती आपणांस हवी. त्या किडी, रोग कोणत्या आहेत, त्या कशा दिसतात, त्यांच्यापासून कशा प्रकारचे नुकसान होते. याची माहिती आपण करून घेतली पाहिजे. वरील उपाय करूनही त्यांचा उपद्रव झाल्यास त्यावर कोणती कीटकनाशके फवारावीत, हेही आपणांस माहिती पाहिजे. त्याची माहिती तक्ता क्र. १ मध्ये दिली आहे.

तक्ता क्र. १ किडींचे नियंत्रण

कीड १	किडीचे वर्णन २	नुकसान कशा प्रकारे होते? ३	कोणत्या झाडावर येतात? ४	नियंत्रणाचे उपाय ५
१. मावा	मावा अंडाकृती शरीराचा असून तो काळा, हिरवा किंवा तपकिरी रंगाचा असतो. आकाराने फार लहान असतो. त्याची वाढ फार झपाट्याने होते.	मावा पानांतून व कोवळ्या शेंड्यांतून, कळ्यांतून, फुलांतून रस शोषून घेतात. त्यामुळे पिकाची वाढ खुंटते.	क्रिसेंथेमम, जिरॅनियम डायअँथस, डेलिया, लिली, पॉपी, गुलाब, बटाटा, भेंडी, वांगी मिरची.	मिठाचे किंवा लिंबाचे पाणी फवारावे. प्रमाण कमी असल्यास साबण-निकोटीन फवारावे. फार उपद्रव असल्यास मेटॅसिस्टॉक्स ०.०२५% किंवा मॅलेथिऑन ०.०३% फवारावे. त्यासाठी सुमारे १/२ चमचा औषध एक लिटर पाण्यात मिसळून ते मिश्रण १० चौ. मी. क्षेत्रावर फवारावे.
२. पाने कुरतडणारे भुंगेरे	याचे पतंग मोठ्या संख्येने एकत्र असतात. त्यांना थोडासा धक्का लावल्यास ते उडून शेजारच्या झाडावर जातात.	हे झाडांचा, फुलांचा भाग खातात. त्यामुळे फळ तयार होत नाही. मोठ्या संख्येने एकत्र असल्याने फुलांच्या भागांचे फार नुकसान करतात.	शोभेची फुलझाडे, पालेभाज्या, भोपळा वर्गातील भाज्या.	मेलेले पतंग, अळ्या गोळा करून रॉकेल घातलेल्या पाण्यात टाकून माराव्यात.

३. ठिपके-भुंगेरे.	भुंगेरे गोल आकाराचे असून त्यांच्या पंखांखाली त्यांचे डोके झाकलेले असते. तपकिरी पिवळे ते गर्द नारिंगी रंगाचे असून त्यांच्यावर काळे ठिपके असतात. पानांच्या खालील बाजूस ते पिवळ्या रंगाची अंडी मोठ्या प्रमाणात घालतात. तीन ते चार दिवसांत अंडी उबवून त्यांतून अळ्या बाहेर पडतात.	पानांच्या शिरांमधील हिरवा भाग खाऊन पानांचा फक्त सांगाडा शिल्लक ठेवतात. वांगी, बटाटा, भोपळा वर्गातील भाज्या.	अेंडोसल्फान ०.१% किंवा मॅलेथिऑन ०.०५% मारावे. एक किंवा दोन फवारणी पुरेशा आहेत.	
४. शेंडे आणि फळे पोखरणारी अळी.	पूर्ण वाढलेल्या अळ्या पांढरट रंगाच्या व १२ मि.मि. लांबीच्या असतात.	अळ्या प्रथम शेंडा पोखरतात. त्यामुळे शेंडा वाळतो. नंतर फळात शिरून फळे पोखरतात.	वांगी, टोमॅटो.	सुकलेले शेंडे कापून काढावेत. शक्यतो ते आतील अळ्यांसह काढून नष्ट करावेत. एंडोसल्फान ०.१% फवारावे.
५. लिंबावरील हिरवी अळी	अळी सुरुवातीला भुरकट काळी असते. परंतु नंतर ती गर्द हिरवी होते. छातीच्या भागावर आडवा हिरवट पट्टा असतो.	अळ्या पाने कुडतरून खातात. कोवळे शेंडेही खाते.	लिंबवर्गीय फळझाडे	अळ्या गोळा करून रॉकेलमिश्रित पाण्यात टाकाव्यात.

६.	पिठे ढेकूण	मादी ढेकणांना पंख नसतात. पण त्या मोठ्या आकाराच्या असतात. नर ढेकण्यांना पंख असतात.	झाडातील रस शोषून घेतल्याने झाड मरते. मादी ढेकूण झाडाच्या बुंध्याजवळ जमिनीत ५ ते १५ से.मी. आत अंडी घालतात. एका वेळी ३०० ते ४०० अंडी घालतात. अंडी जमिनीत ३ ते ४ महिने असतात. त्यानंतर त्यांची पिले अंड्यांतून बाहेर पडून झाडाचा कोवळा भाग खातात. उष्ण व कोरड्या हवेत त्यांचा अधिक त्रास होतो.	आंबा, पेरू, गुलाब, पाम, कोलियस, जिरॅनियम, इ.	झाडाच्या बुंध्याजवळची माती वरचेवर हलवून अंडी उन्हात पडतील, असे करावे. एक टेबलचमचा क्लोरेडेन भुकटी ५% झाडाच्या बुंध्यासभोवती जमिनीत घालावी. ढेवणांचा फार त्रास असेल, तर ०.५% मॅलेथिऑन झाडावर फवारावे. १ लिटर पाण्यात एक लहान चमचा मॅलेथिऑन टाकून ते मिश्रण १० चौ.मी. क्षेत्रावर फवारावे.
७.	कोबीवरील काळी माशी	याच्या अळ्या काळ्या असून त्यांना स्पर्श केल्यास शरीराची गुंडाळी करतात.	ह्या किडीची मादी पानाच्या पेशीत अंडी घालते. ही अंडी एक आठवड्यात उबतात. अंड्यांतून नुकत्याच बाहेर पडलेल्या अळ्या पानांच्या कडेपासून पाने खातात. उपद्रव अधिक असल्याने पानांच्या फक्त शिराच शिल्लक राहतात.	मुळा, कोबी, फुलकोबी, नवलकोल	अंडी, अळ्या वेचून नष्ट कराव्यात. ०.०५% मॅलेथिऑन १० ते १५ दिवसांच्या अंतराने दोन ते तीन वेळा फवारावे. एक लिटर औषध मिश्रण १० चौ. मीटर क्षेत्रास वापरावे.

८. देठ कुडतरणारी अळी	याच्या पूर्ण वाढलेल्या अळ्या बुरसट काळ्या रंगाच्या असतात. स्पर्श करताच त्या अंगाची गुंडाळी करतात.	या किडीच्या अळ्या रात्रीच्या वेळी कोवळ्या रोपांना जमिनीतून कुरतडून टाकतात. कोवळ्या पानांचे व देठांचे बारीक बारीक तुकडे करून खातात. त्या फार नुकसान करतात.	बटाटा, हरभरा, मिरची, वांगी, टोमॅटो, कोबी पिकांची किंवा झाडांची वेळोवेळी खुरपणी करावी. त्यामुळे अळ्या बाहेर येतील. मग त्या वेचून नष्ट कराव्यात.	क्लोरेडेन भुकटी झाडा-शेजारच्या जमिनीच्या वरच्या थरात मिसळावी. झाडांची आळी पाण्याने भरावीत. त्यात रॉकेल टाकावे. त्यामुळे अळ्या मरतील.
९. तुडतुडे	तुडतुडे भुरकट रंगाचे पाचराच्या आकाराचे असतात.	तुडतुडे कोवळ्या फांद्या, फुले, मोहोर यांतून रस शोषतात. त्यामुळे ते भाग वाळतात. त्यांनी टाकलेल्या मधासारख्या पदार्थावर काळी बुरशी वाढते. लहान फळे गळून पडतात. हिवाळ्यात अधिक त्रास होतो.	कोबी, फ्लॉवर, नवलकोल, वांगी, टोमॅटो, भेंडी, कांदा, आंबा.	हिवाळ्याच्या सुरुवातीला ०.०३% मॅलेथिऑन फवारावे.
१०. कोळी	कोळी फार लहान असल्याने ते डोळ्यांना	कोळी झाडातील रस शोषून घेतात. त्यामुळे झाड वाळते. पानाच्या	गुलाब, उन्हाळी फुलझाडे, मिरची,	झाडावर स्वच्छ पाणी फवारावे. ज्या पानांवर

	दिसत नाहीत. ते लाल किंवा पिवळसर पानांच्या खालच्या बाजूला असतात.	खालच्या बाजूला किंवा शेंड्यातून रस शोषण करते. त्यामुळे बोकड्या किंवा चुरडा मुरडा होतो.	वांगी, टोमॅटो, कोबी, फ्लॉवर	ते आढळतात, ती पाने काढून टाकावीत.
११. सूक्ष्म कृमी (नेमॅटोड्स)	हे एक मिलीमीटर लांबीचे अतिसूक्ष्म जंतासारखे कीटक असून ते झाडांच्या मुळांच्या आसपास जमिनीत राहतात.	नेमॅटोड, झाडांच्या मुळ्या, कंद यावर हल्ले करतात. त्यामुळे त्या ठिकाणी गाठ तयार होते. झाडांची अन्न घेण्याची शक्ती कमी होते. त्यांची वाढ खुंटते.	बटाटा, टोमॅटो, काकडी, केळी, लिंबवर्गीय फळे	वर्षानुवर्षे एकाच जमिनीत ठराविक पिके घेऊ नयेत. यांचा वरचेवर त्रास होत असल्यास झाडे किंवा पीक लावण्यापूर्वी जमिनीत थायमेट टाकावे. आम्लयुक्त जमिनीत यांचा प्रादुर्भाव जास्त होतो. म्हणून जमिनीत चुना मिसळावा.
१२. खवले कीड (स्केल्स)	आकाराने फार लहान असलेल्या या किडींना रस शोषून घेण्यासाठी लहान तोंड असते. झाडावरच्या खोडावर एकत्र आल्याने खोडाचा भाग देवीच्या व्रणासारखा व करडा दिसतो.	गुलाबावर ही कीड फार आढळते. झाडातील, पानांतील रस शोषून घेतल्याने खोड, पाने, फांद्या वाळतात. फळांनाही उपद्रव होतो. फेब्रुवारी-मार्च आणि ऑगस्ट-ऑक्टोबर मध्ये यांचा फार उपद्रव होतो.	गुलाब	ज्या झाडाच्या खोडावर ही कीड पुंजक्याने जमते, तो भाग बोथट चाकूने किंवा टूथब्रशने खरडून काढावा. उपद्रव झालेला भाग कापून नष्ट करावा. ०.०५% मोनोक्रोटोफॉस फवारावे.

१३. फुलकिडे (थ्रीप्स)	फुलकिडे आकाराने फार लहान असून त्यांचा रंग फिकट पिवळसर असतो. त्यांना दोन्ही बाजूंना कंगव्याच्या दात्यांप्रमाणे कडा असलेले पंख असतात.	ते तोंडाने पाने खरवडतात आणि आतील रस शोषतात. त्यामुळे पाने वेडीवाकडी होतात. काही वेळा पानावर पांढरे चट्टे पडतात.	निरनिराळी फुलझाडे, मिरची, द्राक्षे, टोमॅटो, कांदे इ.	०.१% अेंडोसल्फान फवारावे.
१४. फळे पोखरणारी अळी	ह्या किडीचे फुलपाखरू मध्यम आकाराचे असून भुरकट, जांभळ्या रंगाचे असते.	याची मादी फुलावर अंडी घालते. त्यापासून ७ दिवसांत बाहेर पडणारी अळी फळधारणा होण्याच्या सुमारास फळात शिरते. फळ वाढत असताना आतील अळी फळाचा गाभा व दाणे खाऊन मोठी होते. कीड लागलेली फुले व फळे गळून मोठे नुकसान होते.	फळझाडे, फुलझाडे मिरची, वांगी, द्राक्षे इ.	कार्बाहिल १०% भुकटी + गंधक ३०० मेश भुकटी फवारावी.
१५. वाळवी	वाळवी वारुळात राहते. त्यातील राणी प्रजोत्पादनाचे काम करते. बऱ्याच कामकरी वाळवी असतात. त्यांचे सोंडेसारखे लांब डोके असते.	प्रामुख्याने झाडांचा वाळलेला भाग खातात. त्यामुळे झाडे मरतात. एखाद्या झाडास अगर वेलीस रोगाने अगर फवारणीने जखम झाली असल्यास त्याचे पूर्ण नुकसान करण्याचे काम वाळवी करते. नवीन लावलेल्या रोपांचे,	मिरची, वांगी, फळझाडे, फुलझाडे इ.	वारुळे शोधून त्यांचा व त्यातील राणीमाशीचा नाश करावा. पेरणीपूर्वी १५ दिवस ०.५% मॅलेथिऑन/भुकटी (अर्धा लहान चमचा १०चौ. मीटरला) फवारावी. वाळवी

		झाडांच्या बुंध्याचे नुकसान वाळवी करते.		लागलेल्या झाडाच्या बुंध्यापासून सुमारे १० ते १५ सें.मी. अंतरावर करंजाची अगर एरंडीची पेंड कुटून घालावी. जेथे वाळवी लागण्याची शक्यता आहे, अशा झाडाच्या बुंध्यांना गेरू किंवा काव पाण्यातून अगर तेलातून लावावी.
१६. गोगलगाई	गोगलगाई सर्वांच्या परिचयाच्या आहेत.	अनेक भाजीपाला, फळे, फुले, यांना त्या उपद्रव देतात. कुंड्यांतील झाडांनाही उपद्रव होतो.	अनेक फुलझाडे, फळझाडे, भाजीपाला.	हाताने वेचाव्यात. फार गोगलगाई झाल्या असतील, तर कुंड्यांत तुरटीची पूड टाकावी किंवा एक लिटर पाण्यात चहाचे दोन चमचे मीठ टाकून ते झाडाजवळ घालावे.

तक्ता क्र. २ रोग - त्यांचे नियंत्रण

रोग १	रोगाचे वर्णन २	नुकसान कसे होते ३	कोणत्या झाडावर येतात ४	नियंत्रणाचे उपाय ५
१. करपा (अँथ्रकनोज)	हा रोग बुरशीमुळे होतो. पावसाळ्यात फांद्या, पाने, फळे यांवर बुरशी येते. करप्यामुळे फांद्या व पानांवर वेगवेगळ्या आकारांचे काळसर ठिपके पडतात. काही दिवसांनी त्याचे रूपांतर काळ्या खरबरीत वाढीत होते.	काही दिवसांनी पानावरील रोगट भाग वाळून पडतो. त्यामुळे पानावर गोलाकार छिद्रे दिसतात. फळावर तांबूस गोल खड्डे पडतात. दमट हवामानात उपद्रव वाढतो.	केळी, आंबा, पेरू, द्राक्षे, मिरची, पालेभाज्या	रोगाचा उपद्रव दिसताच पाने व फळे यांवर ०.२% डायथेन-७८ किंवा डायथेन एम् - ४५ (१ लिटर पाण्यात १/२ लहान चमचा औषध) फवारावे. दोन ते तीन आठवड्यांच्या अंतराने पुन्हा फवारावे.
२. ब्लॉइट (अर्ली व लेट)	हा रोग बुरशीमुळे होतो. या रोगात पानांच्या व पाकळ्यांच्या खालच्या बाजूस तपकिरी रंगाचे ठिपके दिसतात.	सर्व झाड करपून जाते. लेट ब्लॉईट बटाट्यात आढळतो. त्याने पानांच्या खालच्या भागावर बुरशी दिसते. त्यामुळे पाने सडतात. त्यामुळे झाड मरते.	बटाटा, टोमॅटो, वांगी, डेलिया, लिली (अर्ली ब्लॉईट)	०.२% डायथेन एम् -४५ किंवा ०.२% डायथेन झेड-७८ वरचेवर फवारावे. बटाट्यास दोन ते तीन फवारे लागतात.

३.	केळीचा पर्णगुच्छ	हा रोग व्हायरसपासून होतो. प्रथमावस्थेत पानावर व देठावर लांब अथवा तुटक गर्द रेषा दिसतात. पानांची वाढ खुंटते. ती पिवळसर पडून पानांचा पर्णगुच्छ तयार होतो. पाने सरळ व ताठ वाढतात. पापडासारखी कडक होतात. चुरगळल्यास फाटतात.	फलधारणेच्या सुमारास रोगाची लागण झाल्यास लोंगर अर्धवट बाहेर पडतो. किंवा फार लहान होतो.	केळी	रोगग्रस्त जमिनीतील मुनवे लागवडीसाठी वापरू नयेत. ०.०५% मॅलेथिऑन झाडावर फवारावे.
४.	मुळावरील गाठी	हा रोग जमिनीतील सूक्ष्म जीवापासून होतो. हे जीव झाडाच्या मुळात प्रवेश करतात. त्यामुळे मुळावर गाठी येतात.	रोपांची वाढ खुंटते. रोगाचा प्रादुर्भाव उशिरा झाल्यास पाने पिवळी पडून झाड सुकते. शेवटी वाळते.	कोबीवर्गीय भाजीपाला	रोगाचा प्रादुर्भाव आम्लयुक्त जमिनीत अधिक होतो. म्हणून नियंत्रणासाठी जमिनीत चुना मिसळावा. लावणीपूर्वी रोपे मर्क्युरिक क्लोराईड औषधात बुडवावीत.
५.	डायबॅक	जमिनीत असणाऱ्या बुरशीपासून हा रोग होतो. त्यामुळे पाने व विशेषत: कोवळी पाने वाळतात.	पाने वाळल्यानंतर कोवळे शेंडे वाळायला सुरुवात होते. काही दिवसांनी झाडही वाळते.	संत्रावर्गीय फळझाडे, भाजीपाला, गुलाब,	रोगग्रस्त फांद्या, पाने कापून टाकावीत. फांदी कापल्याच्या ठिकाणी डायथेन झेड - ७८ची पेस्ट करून लावावी. नवीन फूट

				आल्यानंतर त्यावर ०.२% डायथेन - ७८ फवारावे. मुळांना रोगाचा उपद्रव आढळल्यास मुख्य खोडापासून थोड्या अंतरावरील ८ ते १० सें.मी. खोलीवरील रोपे उघडी करून त्यास चुना लावून पुन्हा ती मातीत झाकावीत.
६. पानांवरील ठिपके	निरनिराळ्या बुरशींमुळे पानांवर वेगवेगळ्या आकारांचे व रंगांचे ठिपके पडतात. अनेकदा हे ठिपके गर्द तपकिरी रंगाचे वाकडे तिकडे असतात. नंतर ते गर्द काळसर पडून गोल आकाराचे होतात.	फुले व फळे यांची वाढ चांगली होत नाही. पालेभाज्या लवकर कुजल्यासारख्या होतात.	अनेक प्रकारची फळझाडे, फुलझाडे व भाजीपाला	०.२% डायथेन एम् - ४५ किंवा ०.२% डायथेन झेड् ७८ किंवा ०.१% बाविस्टीन १५ दिवसांच्या अंतराने दोन ते तीन वेळा फवारावे.
७. कोंब कुजणे (बड रॉट)	हा रोग फायटोपथोरा बुरशीपासून पावसाळ्यात उद्भवतो. फार पावसामुळे रोगाचा प्रादुर्भाव होतो.	रोगामुळे झाडाचे शेंडे, त्यांवर येणारी कोवळी झावळी कुजते. नंतर वाळून ती गळून पडते. त्याच	पाम वर्गातील झाडे (नारळ, सुपारीसह)	शेंड्यातील रोगट कोंब व त्याभोवती असलेले वाळलेले भाग काढावेत. नंतर त्या भागावर १% बोर्डो मिश्रणाचा

		झाडावर प्रत्येक वर्षी उपद्रव झाल्यास झाड मरते.		फवारा मारावा. ०.२% डायथेन एम् - ४५ शेंड्यावर पावसाळ्यात फवारावे. इतर झाडावर रोग येऊ नये, म्हणून जवळच्या झाडावरही फवारावे.
८. तांबेरा (रस्ट)	तपकिरी किंवा लालसर तपकिरी रंगाची बुरशी पानावर, खोडावर दिसते.	या रोगाचा अधिक प्रादुर्भाव झाल्यास त्याची पाने अकाली गळतात. झाड वाळते.	जिरॅनियम, क्रिसेंथिमम, कार्नेशन ही फुलझाडे	झाडावर डायथेन एम् - ४५ (०.१%) किंवा बाविस्टीन (०.१%) फवारावे.
९. घातुक लसीमुळे होणारे रोग (व्हायरस डिसीजेस्)	भेंडीवरील केवडा रोग घातुक लसीमुळे येतो. त्यामुळे रोगट झाडाच्या पानांच्या शिरा पिवळ्या पडतात. पानांचा इतर भागही हिरवा पिवळा पडतो. मिरचीवरील चुरडामुरडा घातक लसीमुळे होतो. पाने चुरडणे, पाने लहान, जाड व कडक होऊन पर्णगुच्छ तयार होतो. पानावर हिरव्या	पानांची वाढ खुंटते. झाडावर फळधारणा होत नाही.	भेंडी, टोमॅटो, मिरची	रोग आल्यानंतर उपाययोजना करण्यापेक्षा रोग येऊ नये, म्हणून उपाय योजावेत. घातुक लस पसरविणारे काही कीटक असतात. भेंडीवरील केवडा रोग पांढऱ्या माशी-मुळे, टोमॅटोवरील बोकड्या रोग माव्यामुळे, तर

	पिवळ्या रंगाची नक्षी होते. बोकड्यामुळे टोमॅटोत पाने सुरकुततात. त्यांचा रंग फिकट हिरवा दिसतो.			मिरचीवरील चुरडामुरडा रोग फुलकिड्यांमुळे होतो. म्हणून या कीटकांच्या नियंत्रणासाठी त्यावर औषध फवारावे. या रोगांना प्रतिबंधक जाती लावाव्यात. रोगग्रस्त झाडे उपटून टाकावीत.
१०. कुजणे व मरणे (रॉटस-विल्टस)	जमीन सखल असल्यामुळे पाणी साठल्यास हे रोग होतात. या रोगाने प्रथम पानाचा शेंडा वाळतो. नंतर कोवळी फूट वाळते. मुळे कुजतात.	रोगाचा प्रादुर्भाव वाढल्यास झाड मरते.	भाजीपाला, फळझाडे, फुलझाडे	हा रोग होण्यापूर्वीच नियंत्रण करावे. रोगाची प्रथमावस्था दिसताच झाडाचे पाणी कमी करावे. पाण्याचा निचरा सुधारावा. फळ झाडा-भोवतालची ७ ते १० सें.मी. जमीन खणून त्याची मोठी मुळे उघडी करावीत. त्या जमिनीत ०.२% डायथेन एम् - ४५ टाकावे. भाजीपाला व लहान झाडांची मुळे बाहेर न काढताच मातीत हे औषध टाकावे.

११. रोप कोलमडणे किंवा रोपाची मर (डॅम्पिंग ऑफ सीडलिंग)	हा बुरशीजन्य रोग आहे.	वाफ्यातील रोपे जमिनीलगत कुजतात व कोलमडून सुकतात.	भाजीपाल्याची, फुलझाडांची रोपे	रोपे करण्यापूर्वी तेथील जमीन जाळावी किंवा ०.२% डायथेन एम् - ४५ जमिनीत टाकावे. रोगाचे लक्षण दिसताच औषध रोपावर व जमिनीत टाकावे.
१२. केवडा (डाउनी मिल्ड्यू)	पानांच्या पृष्ठभागावर फिकट हिरव्या किंवा पिवळ्या रंगाचे चट्टे दिसतात. पानांच्या खालच्या भागावर केवड्या सारखी पांढरी वाढ झालेली असते.	अशी रोगग्रस्त पाने पिवळी पडून वाळतात. द्राक्षवेलीच्या फुलोऱ्याचे नुकसान होते.	द्राक्षे, पालेभाज्या, भोपळा वर्गातील भाज्या	रोग दिसताच ०.२% डायथेन एम् - ४५ किंवा ०.२% डायथेन झेड् - ७८ अगर ०.१% बाविस्टीन फवारावे.
१३. भुरी (पावडरी मिल्ड्यू)	प्रथम पानांच्या दोन्ही बाजूंवर पांढरी पावडरीसारखी बुरशी दिसते. नंतर ती रोपांच्या झाडांच्या सर्व हिरव्या भागावर, खोड, फांद्या, शेंगा यांवर पसरते.	रोपांची, झाडांची वाढ खुंटते, फुले, फळे, शेंगा कमी लागतात. पाने गळतात. कळ्या उमलत नाहीत.	गुलाब, कार्नेशन क्रिसेंथेमम, डेलिया, लिंबू वर्गीय झाडे, वाटाणा.	रोगाला प्रतिकार करणाऱ्या जातींची लागवड करावी. ०.२% बाविस्टीन झाडावर फवारावे.

परिशिष्टे

परिशिष्ट क्र. १

कंपोस्ट खत कसे करावे?

आपल्या बागेचे यश आपल्या कंपोस्ट वापरावर असते, असे म्हटल्यास चुकीचे होणार नाही. कारण कोणत्याही झाडांच्या वाढीसाठी कंपोस्ट खताची फार आवश्यकता आहे. कंपोस्ट खताची जागा फक्त चांगले कुजलेले शेणखत घेऊ शकते. परंतु सध्या शेणखत मिळणे फार अवघड झाल्याने आपणांस कंपोस्ट खतावरच अवलंबून राहिले पाहिजे. त्याला दुसरा पर्याय नाही. इतके ते महत्त्वाचे आहे.

कंपोस्ट खत करणे म्हणजे कचऱ्यातून सोने निर्माण करण्यासारखे आहे. आपल्या बागेला लागेल एवढे कंपोस्ट करणे आपणांस मुळीच अवघड नाही. त्यासाठी बागेच्या एका कोपऱ्यात १.५ ते २ मीटर लांब, १ मीटर रुंद व १ मीटर खोल अशा मापाचा खड्डा खोदावा. खड्ड्याची लांबी, रुंदी बदलू शकते. परंतु खोली मात्र १ मीटरच पाहिजे. कारण अशा खोलीवरच चांगले कंपोस्ट होऊ शकते. शक्य असल्यास दोन कंपोस्ट खड्डे काढावेत. किंवा ते शक्य नसल्यास एकाच खड्ड्याचे दोन भाग करावेत. कारण एका खड्ड्यातील खत तयार झाल्यानंतर ते वापरेपर्यंत दुसऱ्या खड्ड्यातील खत तयार होईल. सुमारे सहा महिन्यांत कंपोस्ट खत तयार होते.

वरील मापाचा खड्डा खोदल्यानंतर त्याच्या तळाची जमीन थोडी टणक करून घ्यावी. मग त्यावर १५ सें.मी. जाडीचा पालापाचोळ्याचा थर पसरून त्यावर पाणी शिंपडावे. या थरावर घरातील व बागेतील भाजीपाल्याचे टाकाऊ भाग म्हणजेच भाज्यांच्या वरील साली, भाज्यांचे जून भाग, पाने छाटलेल्या कोवळ्या फांद्या,

इत्यादी टाकावेत. या पदार्थांचे बारीक तुकडे करून टाकावेत. मात्र न कुजणाऱ्या काचा, पत्रे, इत्यादी खड्ड्यात टाकू नये.

हा थर २० ते २५ सें.मी. जाडीचा झाल्यावर त्यावर ५ ते १० किलो शेणकाला, थोडे कंपोस्ट खत, अर्धा किलो यूरिया व १ ते २ किलो सुपर फॉस्फेट टाकावे. त्यावर पाणी टाकावे. अशा तऱ्हेने एकावर एक थर देत खड्डा जमिनीच्या वर ३० सें.मी. पर्यंत भरावा. न कुजणाऱ्या जून फांद्या, लाकडाचे भाग असतील, ते जाळून त्याची राख या खड्ड्यात टाकावी. खड्डा वरपर्यंत भरल्यानंतर वरील बाजूस त्यास गोलाकृती आकार द्यावा. मग तो माती व शेणकाल्याने लिंपून घ्यावा. हा लेप साधारण ३ सें.मी जाडीचा असावा. पावसाळ्यात ढिगावर पॉलीथिन टाकून पावसाचे पाणी आत जाऊ देऊ नये. अशा प्रकारे भरलेल्या खड्ड्यात सर्वसाधारणपणे ५ ते ६ महिन्यांत कंपोस्ट तयार होते. उत्कृष्ट कंपोस्ट खत मोकळे व वासरहित असते. ते काळसर तपकिरी रंगाचे असते. अशा प्रकारे तयार केलेले कंपोस्ट खत हे पिकांचे नैसर्गिक पूर्ण अन्न आहे.

कंपोस्ट खत खड्ड्यातून काढल्यानंतर तसेच उघड्यावर टाकू नये. ते नेहमी झाकून ठेवावे. ते ताबडतोब जमिनीत खोदून अगर जमिनीवर पसरून मातीत मिसळून द्यावे. जमीन ओलसर असताना कंपोस्ट खत मिसळावे.

परिशिष्ट - २

टेरेस गार्डनसाठी कंपोस्ट

टेरेस गार्डनसाठीही कंपोस्ट खताची जरुरी असते. ते बनविण्याची पद्धत खड्ड्यातील कंपोस्टप्रमाणेच आहे. फक्त या ठिकाणी कंपोस्ट खोके (बिन) वापरतात. कारण गच्चीवर खड्डा काढता येत नाही.

एक ते दीड मीटर लांब रुंद आणि सुमारे एक मीटर उंचीच्या लाकडी फळ्यांच्या खोक्याचा कंपोस्ट खतासाठी वापर करावा. हे खोके तयार करण्यासाठी जुन्या फळ्या वापराव्यात. दोन फळ्यांत थोडी जागा ठेवावी. या खोक्याच्या खालच्या बाजूस मातीचा थर द्यावा. अशी दोन खोकी करावीत. त्यामुळे एका खोक्यात खत तयार होत असताना दुसरे खोके भरता येते.

या खोक्यात खड्ड्याप्रमाणे टेरेस गार्डनमधील व घरातील टाकाऊ पदार्थ बारीक तुकडे करून टाकावेत. १५ सें.मी. जाडीचा थर झाल्यावर त्यावर १०० ते १५० ग्रॅम युरिया, २० ग्रॅम सुपर फॉस्फेट आणि बारीक माती मिसळून टाकावी. आठवड्यातून एकदा त्यावर पाणी शिंपडावे. थर घट्ट दाबू नये. अशा प्रकारे थरावर थर देत खोके पूर्ण भरल्यावर ते ३ सें.मी. जाडीच्या मातीच्या थराने ते लिंपून घ्यावे. त्यामुळे आत उत्पन्न होणारी उष्णता बाहेर न जाता कंपोस्ट खत लवकर तयार

होईल. अशा खोक्यातील कंपोस्ट खत ३ ते ५ महिन्यांत तयार होते. ते आपल्या गच्चीवरील बागेत वापरावे. त्यामुळे झाडे जोमाने वाढतील.

परिशिष्ट - ३

खतातील प्रमुख अन्नद्रव्ये

सेंद्रीय खते

अ.क्र.	खताचे नाव सेंद्रिय खते (टक्के)	नत्र (टक्के)	स्फुरद (टक्के)	पालाश (टक्के)	इतर
१.	शेणखत	०.८०	०.६०	२.००	
२.	कंपोस्ट खत	०.५०	०.५०	०.७५	
३.	लेंडीखत	०.६०	०.५०	०.६०	
४.	भुईमूग पेंड	७.००	१.५०	१.५०	
५.	एरंडी पेंड	४.५०	१.५०	०.७५	
६.	निंबोळी पेंड	५.००	१.००	१.५०	
७.	हाडाचे खत (बोनमिल)	४.००	२०.००	-	
८.	मासळी खत	५.००	२.००	०.५०	
९.	शेणाची राख	सूक्ष्म	सूक्ष्म	२.५०	
१०.	लाकडाची राख	सूक्ष्म	सूक्ष्म	४.७०	

रासायनिक खते

१	नत्र-अमोनियम सल्फेट	२४	-	-	-
	युरिया	४६	-	-	-
२	स्फुरद-सिंगल सुपर फॉस्फेट	-	१६	-	-
	ट्रिपल सुपर फॉस्फेट	-	४५	-	-
	रॉक फॉस्फेट	-	३४	-	-
३	पालाश-म्युरेट ऑफ पोटॅश	-	६०	-	
	पोटॅशियम सल्फेट	-	-	५०	-
४	कॅलशियम-चुनखडी	-	-	-	४०.४५
	जिप्सम	-	-	-	३०.३३
५	मॅग्नेशियम-मॅग्नेशियम सल्फेट	-	-	-	३०
६	संयुक्त खते - डायअमोनियम फॉस्फेट	१८	४६	-	-

याशिवाय सुफला (१५:१५:१५) संपूर्णा (१९:१९:१९) यांसारखी नत्र-स्फुरद-पालाश सारख्या प्रमाणात असणारी खतेही मिळतात. त्यात १०० किलोच्या पोत्यात प्रमाण दर्शविल्याप्रमाणे अन्नद्रव्य असते. याशिवाय २६:२६:०, १२:९:५ अशीही नत्र, स्फुरद व पालाश असणारी खतेही मिळतात.

परिशिष्ट - ४

बागेतील अवजारे

बागकामासाठी अनेक लहान मोठी अवजारे लागतात. त्यांनी काम करणे सोपे व सोयीचे होते. या अवजारांपैकी काही महत्त्वाची खालीलप्रमाणे आहेत. बागेत जमीन खोदणे, ढेकळे फोडणे, वाफे व वरंबे करणे, झाडांची आळी हलवून घेणे, त्यांतील तण काढणे, फांद्या छाटणे, झाडांना योग्य आकार देणे, पाणी देणे अशी अनेक प्रकारची कामे असतात. त्यासाठी निरनिराळ्या अवजारांचा वापर करावा. त्यामुळे कमी श्रमांत चांगले काम करता येते. त्यामुळे कामही लवकर होते.

ही अवजारे वजनाने हलकी परंतु टिकाऊ असावीत. दुसरे म्हणजे अवजारांचा दांडा हातात धरून आपण त्याने काम करतो. त्यासाठी हा दांडा योग्य लांबीचा, जाडीचा आणि चांगला गुळगुळीत असावा. त्यामुळे काम करण्यास उत्साह येतो. आपण दमत नाही.

जमीन तयार करणे : जमीन तयार करण्यासाठी पुढील अवजारे चांगली आहेत.

१) कुदळ : जमीन खोल खोदण्यासाठी, जमिनीत खोलवर गेलेल्या मुळ्या काढण्यासाठी याचा वापर करतात.

२) फावडे : खणून काढलेली माती एकत्र करण्यासाठी, घमेल्यात भरण्यासाठी, फळझाडाभोवती आळे करण्यासाठी याचा उपयोग होतो. याशिवाय जमिनीवर माती किंवा खत पसरविणे, वाफे, सरी - वरंबे करण्यासाठी फावडे वापरतात.

३) दोरी : वाफे, सरी वरंबे करण्यासाठी रोपे सरळ लावण्यासाठी वापरतात.

४) कोयता : जमीन तयार करण्यापूर्वी बागेत असलेली झाडे, झुडपे तोडण्यासाठी याचा वापर होतो.

५) घमेले : खत माती आणण्यासाठी किंवा टाकण्यासाठी याचा उपयोग होतो.

बागेतील इतर कामे करणे

१) छोटी कुदळ : झाडांच्या किंवा भाजीपाल्याच्या दोन ओळींतील जमीन हलकीशी हलविण्यासाठी, झाडांची आळी हलविण्यासाठी याचा उपयोग होतो.

२) खुरपी : बागेत आंतरमशागत करून तण काढण्यासाठी खुरप्यांचा उपयोग होतो.

३) हातपंजा : माती पसरण्यासाठी, माती वरवर हलविण्यासाठी वापरतात.

४) सिकेटर (कात्री) : रोपांची छाटणी करणे, झाडावरील वाळलेल्या, रोगट फांद्या काढण्यासाठी या कात्रीचा उपयोग होतो.

५) कोळपे व लांब दांड्याचे दातेरे : रोपांच्या अगर झाडांच्या दोन ओळींतील जमीन हलविण्यासाठी, मातीत खत मिसळण्यासाठी यांचा उपयोग होतो.

६) झारी : गादीवाफ्यांवरील रोपांना, कुंड्यांतील झाडांना पाणी देण्यासाठी.

७) डोळे भरण्याचा चाकू : डोळे भरण्यासाठी याचा उपयोग होतो.

८) स्प्रे व डस्टर : पिकावरील रोगकिडीसाठी त्यावर पातळ व भुकटी स्वरूपातील औषधे फवारणीसाठी यांचा उपयोग करतात.

९) कुंपण कात्री : कुंपण कापणीसाठी याचा वापर होतो.

♦

घरातल्या घरात आपली सुंदर बाग फुलवा
आणि साक्षात निसर्गच घरात आणा!

घरातील बाग

डॉ. आ. बा. पाटील

रंगीबेरंगी पानांचे एखादे झाड पाहिले, सुंदर फुलांनी लगडलेले एखादे झुडूप पाहिले, तर कोणाला आनंद होत नाही. झाडा-झुडपांबद्दल प्रेम न वाटणारा, मनाला आनंद न होणारा माणूस विरळाच! म्हणूनच संत तुकारामांनी म्हटले आहे, 'वृक्षवल्ली आम्हां सोयरीं वनचरे.' परंतु आता परिस्थिती बदलली आहे. आपणांस झाडाबद्दल प्रेम वाटत असले, फुलझाडे आपणांस आवडत असली तरी मोकळी जागा कोठे आहे, सध्या शहरात सिमेंट-क्रॉंक्रीटची जंगले झाली आहेत. फ्लॅट संस्कृती वाढते आहे. अशा परिस्थितीत झाडे कोठे लावायची?
परंतु इच्छा असेल तर मार्ग निघतो. घराबाहेर झाडे लावायला जागा नाही. म्हणून घरातच झाडे लावली, तर? घरातच आपण आपली बाग फुलवली, तर? काही वर्षांपूर्वी ही कल्पना अनेकांना पटली नसती. परंतु आता ही कल्पना रुजली आहे. अनेक घरांत, कार्यालयांत निरनिराळ्या प्रकारची झाडे ठेवली जात आहेत. परंतु 'घराबाहेरच्या बागेतील' झाडांपेक्षा 'घरातील बागेत' लावायची झाडे वेगळी असतात. त्यांना जगवायचे, वाढवायचे तंत्र वेगळे असते!
ते तंत्र समजावे, आपल्या घरात नैसर्गिक झाडांची छान छान बाग कशी फुलवावी,वाढवावी याचसाठी आहे हे मार्गदर्शन - हे वाचून घरातच छान बाग फुलवा,निसर्गाचा आनंद लुटा, आनंदी व निरोगी व्हा.